Sinza
Mu Mwoyo N'amazima

Okusinza Okw'omwoyo

Dr. Jaerock Lee

*"Naye ekiseera kijja, era kituuse,
Abasinza amazima lwe banaasinzanga Kitaffe
mu mwoyo n'amazima;
kubanga Kitaffe anoonya abali ng'abo okubeera
ab'okumusinzanga.
Katonda gwe mwoyo, n'abo abamusinza
kibagwanira okusinzanga mu mwoyo n'amazima."
(Yokaana 4:23-24)*

Sinza mu Mwoyo ne Mumazima ekya Dr. Jaerock Lee
Kyafulumizibwa aba Urim Books (Abakulirwa: Johnny. H. Kim)
235-3, Guro-dong3, Guro-gu, Seoul, Korea
www.urimbooks.com

Obuyinza bwonna tubwesigaliza. Ekitabo kino oba ebitundu byakyo tebirina kufulumizibwa nate mu ngeri yonna, oba okuterekebwa mu ngeri yonna, oba okufulumizibwa mu kika kyonna ng'okwokyesaamu, oba okunaazaamu kkoppi, awatali lukusa okuva eri abaakifulumya.

Okujjako nga kiragiddwa, eby'awandiikibwa byonna bisimbuddwa mu Kitabo Ekitukuvu.

Obwanannyini @ 2008 bwa Dr. Jaerock Lee
ISBN: 979-11-263-1266-5 03230
Obwanannyini ku kuvunnula @ 2012 bwa Dr. Esther K. Chung.
Ng'akkiriziddwa.

Kyasooka kufuluma mu Gw'ekkumi n'ogumu 2012

Kyasooka kufulumizibwa mu lulimi olu Korea mu 1992 aba Urim Books mu Seoul, Korea

Kyasunsulibwa Dr. Geumsun Vin
Kyalungiyizibwa Ekitongole ekisunsuzi ekya Urim Books
Ayagala okumanya ebisingawo: yita mu mukutu gwa urimbook@hotmail.com

Ennyanjula

A Emiti gya Sita gitera nnyo okukulira mu ddungu lya Isiraeri. Emiti gino emirandira gyagyo gisima nnyo mu ttaka okusobola okufuna amazzi okusobola okubeera emiramu. Bw'oba wakagiraba, gyegombesa okuvaamu enku, so ngate embaawo zaagyo ngumu nnyo okusinga ez'omuti omulala gwonna.

Katonda yalagira Sanduuko ey'endagaano okuzimbibwa mu muti ogwo ogwa Sita, nga gusiigiddwa zaabu, era eteekebwe Awatukuvu wa Watukuvu. Awatukuvu wa Watukuvu kye kifo ekirongoofu Katonda watuula era ng'eno kabona omukulu yekka yakkirizibwa okutuukawo.

Mu ngeri y'emu, omuntu asimbye emirandira ewala ddala mu Kigambo kya Katonda nga bwe bulamu, tajja kukozesebwa nga ekikozesebwa eky'omuwendo mu maaso ga Katonda kyokka, wabula ajja na kweyagalira mu mikisi gya Katonda emingi ennyo mu bulamu bwe.

Kino kiringa Yeremiya 17:8 bwe watugamba, "Kubanga aliba ng'omuti ogwasimbibwa awali amazzi, ne gulanda emmizi gyagwo awali omugga, so tegulitya musana bwe gwaka ennyo, naye amalagala gaagwo galiyera, so tegulyeraliikirira mu mwaka ogw'ekyeya, so tegulirekayo kubala bibala." Wano, "amazzi" mu by'omwoyo gategeeza Ekigambo kya Katonda, era omuntu afunye emikisa egy'ekika ekyo ajja kukitwala nti kya muwendo okubeera mu kusaba omuli okubuulira ekigambo kya Katonda. Okusinza gubeera mukolo nga ekitiibwa n'ettendo biddizibwa obusatu. Kwe kugamba, Abakristaayo bwe babeera basinza, we babeerera nga twebaza n'okuyimusa Katonda saako okumuddiza ekitiibwa, nga tutendereza n'okumuyimusa. Mu Ndagaano Enkadde n'Endagaano Empya n'olwaleero, Katonda azzenga anoonya era akyanoonya abo abamusinza mu mwoyo n'amazima.

Mu byawandiikibwa mu Eby'abaleevi mu Ndagaano enkadde mwe muli n'ebyo ebintu ebisemberayo ddala obutono mu kusinza Katonda. Abantu abamu bamanyi okugamba nti Eby'abaleevi kyogera ku mateeka ag'okuwaayo eri Katonda mu ngeri ey'omu Ndagaano Enkadde, ekyo ekitabo tekitugasa mu biro mwe tuli olwaleero. Kino kikyamu, bwe tuba bakutunuulira obukulu bw'amateeka ag'omu Ndagaano enkadde ku kusinza agagundiira mu ngeri gye tusinzaamu olwaleero. Nga bwe kyali mu biseera by'Endagaano Enkadde, okusinza mu biseera eby'Endagaano Empya lye kkubo we tusisinkanira Katonda. Okujjako nga tugoberedde amakulu ag'omwoyo ag'amateeka ag'Endagaano Enkadde ku kuwaayo, okutaalimu nsobi yonna, lwe tusobola okusinza Katonda mu biseera eby'Endagaano Empya mu mwoyo n'amazima.

Omulimu guno gwetooloolera ku masomo n'obukulu ebiweebwayo eby'enjawulo kye bikola nga kyogera ku kiweebwayo eky'okebwa nga kyetengeredde, ekiweebwayo eky'obutta, ekiweebwayo eky'okuzza emirembe, ekiweebwayo olw'ekibi, Ekiweebwayo olw'omusango nga bwe bituukira ne ku ffe mu biseera bino eby'Endagaano Empya.

Kino kijja kutuyamba okunnyonnyola mu bujjuvu engeri gye tulina okuweerezaamu Katonda. Okusobola okuyambako abasomi okusobola okutegeera amateeka ku kuwaayo, omulimu guno gulimu ebifaananyi ebiraga engeri weema, bwe yakula, munda wa yeekaalu, Awatukuvu Wawatukuvu saako ebikozesebwa mu kusinza. Katonda atugamba, "Munaabanga abatukuvu, kubanga Nze ndi mutukuvu" (Eby'abaleevi 11:45; 1 Peter 1:16), era ayayaana okulaba nti buli ssekinnoomu ku ffe ategeerera ddala amateeka ku biweebwayo ebyawandiikibwa mu By'abaleevi era atambulire mu bulamu obulongoofu. Nsuubira nti mujja kutegeera amakulu gonna ag'ebiweebwayo ebiri mu biseera by'Endagaano Enkadde n'okusinza mu biseera by'Endagaano Empya. Era nsuubira nti ojja kwekenneenya engeri gy'osinzaamu, otandike okusinza Katonda mu ngeri emusanyusa.

Nsaba mu linnya lya Mukama waffe Yesu Kristo nti nga Sulemaani bwe yasanyusa Katonda n'ebiweebwayo bye ebyali eyo mu lukumi, ka buli musomi yenna ow'omulimu guno akozesebwe ng'ekikozesebwa eky'omuwendo mu maaso ga Katonda, era nga omuti ogwasimbibwa ku mazzi, naawe ka weyagalire mu mikisa egitaggwaawo olw'okuwaayo eri Katonda evvumbe ery'okwagala n'okusiima olw'okumusinza mu mwoyo n'amazima!

Ogw'okubiri 2010
Dr. Jaerock Lee

Ebirimu

Sinza mu Mwoyo ne Mumazima

Ennyanjula

Essuula 1
Okusinza Okw'omwoyo Okwo Katonda Kwakkiriza   1

Essuula 2
Ebiweebwayo mu Ndagaano Enkadde   17

Essuula 3
Ekiweebwayo Ekyokebwa   43

Essuula 4
Ekiweebwayo Eky'obutta   67

Essuula 5
Ebiweebwayo olw'emirembe   83

Essuula 6
Ekiweebwayo Olw'ebibi   95

Essuula 7
Ekiweebwayo Olw'omusango   111

Essuula 8
Okuwaayo Omubiri gwammwe nga Ssaddaaka Entukuvu Ennamu   123

Essuula 1

Okusinza Okw'omwoyo Katonda Kw'akkiriza

"Katonda gwe mwoyo, n'abo abamusinza kibagwanira okusinzanga mu mwoyo n'amazima."

Yokaana 4:24

1. Ebiweebwayo mu Biseera by'Endagaano Enkadde N'okusinza mu Biseera By'endagaano Empya

Olubereberye, Adamu, omuntu eyasooka okutondebwa, kyali ekitonde ekyali kirina okussa ekimu ne Katonda. Kyokka oluvannyuma lw'okukemebwa Setaani n'okwonoona, okussa ekimu okwa Adam ne Katonda ne kwonooneka. Ku lwa Adamu n'ezzadde lye, Katonda yali ategese engeri gye bayinza okusonyiyibwa n'okulokolebwa era n'aggula ekkubo lye bayinza okukozesa okukomyawo empuliziganya gye baalinanga ne Katonda. Engeri eyo esangibwa mu ngeri z'okuwaayo ebiweebwayo eby'enjawulo esangibwa mu biseera by'Endagaano Enkadde, Katonda ze yateekawo mu kisa ekingi.

Okuwaayo mu biseera by'Endagaano Enkadde tekwagunjibwawo muntu. Byali ebiragiro okuva eri Katonda Yennyini. Kino tukimanya okuva mu By'abaleevi 1:1 n'okweyongerayo, "Awo MUKAMA n'akoowoola Musa n'ayogera naye mu weema ey'okusisinkanirangamu, ng'agamba nti …" Kino era tusobola okukirabira ku biweebwayo Abiri ne Kayini abaana ba Adam, bye baawangayo eri Katonda (Olubereberye 4:2-4).

Ebiweebwayo bino okusinziira ku kigendererwa kya buli kimu, birina amateeka mwe byali birina okuweebwangayo. Waliwo bye bayita ebiweebwayo eby'okwebwa, ebiweebwayo eby'obutta, ebiweebwayo olw'emirembe, ebiweebwayo olw'ekibi, ebiweebwayo olw'omusango, okusinziira ku bunene bw'ekibi n'embeera abantu abakola ssaddaka gye balimu, omuli ente, endiga, embuzi, enjiibwa, eng'ano n'obutta. Bakabona abaakulemberangamu okuwaayo baalinanga okubeera abegendereza ennyo, mu neeyisa yaabwe, nga baali mu kanzu zaabwe ezaateekebwawo, era nga bawaayo ssaddaaka ezo n'obwegendereza nga bwe kirambikibwa mu mateeka. Ebiweebwayo bino kaali akabonero ak'okungulu nga n'olwekyo tebirina kusobezebwa mu ngeri yonna.

Mu biseera by'Endagaano Enkadde, omuntu ng'amaze okwonoona, ng'asobola okununulibwa singa awaayo ssaddaaka ey'ekibi ng'atta ekisolo, era ng'okuyita mu musaayi gwakyo ng'ekibi kitangirirwa. Wabula wadde gwali gutyo, nga omusaayi gw'ensolo ezo zonna eziweebwayo mwaka ku mwaka nga tegumalirawo ddala ebibi byabwe; nga ebiweebwayo bino mutango ogwakaseera obuseera kale nga tebituukiridde. Kino kiri bwe kityo lwakuba okununula omuntu mu kibi okutuukiridde kusoboka na bulamu bwa muntu.

1 Abakkolinso 15:21 watugamba nti, "Kubanga okufa bwe kwabaawo, ku bw'omuntu omu era n'okuzuukira kw'abafu kwabaawo ku bwa muntu." Olw'ensonga eyo, Yesu Omwana wa Katonda yajja ku nsi kuno mu mubiri, wadde nga teyalina kibi, N'ayiwa omusaayi Gwe ku musaalaba era n'agufiirako. Nga Yesu bwe yaweebwayo omulundi gumu (Abaebbulaniya 9:28), tewakyaliwo bwetaavu bwa ssaddaaka ya musaayi eyo enzibu ennyo okukolebwa ate nga ejjudde amateeka.

Nga bwe tusoma mu Abaebbulaniya 9:11-12, "Naye Kristo bwe yajja kabona asinga obukulu ow'ebigambo ebirungi ebigenda okujja, n'ayita mu weema esinga obukulu n'okutuukirira, etaakolebwa na mikono, amakulu etali ya mu nsi muno; so si lwa musaayi gwa mbuzi n'ennyana naye lwa musaayi gwe Ye, n'ayingirira ddala omulundi gumu mu watukuvu, bwe yamala okufuna okununula okutaggwaawo," Yesu yatuukiriza okununula okw'okulubeerera.

Ku lwa Yesu Kristo, Katonda tetukyamuwa ssaddaaka ez'omusaayi naye kati tusobola okugenda mu maaso Ge ne tumuwa ssaddaaka ennamu entukuvu. Kuno kwe kuweereza okw'okusinza mu biseera eby'Endagaano Empya. Nga Yesu bwe yawaayo ssaddaaka emu olw'ebibi emirembe gyonna kubanga baamukomerera ku musaalaba n'okuyiwa omusaayi Gwe

(Abaebbulaniya 10:11-12), bwe tukkiriza okuva ku ntobo y'emitima gyaffe nti twanunulibwa okuva mu bibi byaffe era ne tukkiriza Yesu Kristo, tusobola okufuna okusonyibwa kw'ebibi byaffe. Guno omukolo essira teguliteeka ku bikolwa, wabula okulaga okukkiriza okuviira ddala mu mitima gyaffe. Ye ssaddaaka ennamu entukuvu era kwe kuweereza kwammwe (Abaruumi 12:1).

Kino tekitegeeza nti ebiweebwayo ebyakolebwanga mu biseera by'omu Ndagaano Enkadde byawerebwa. Bwe kibanga Endagaano Enkadde kye kisiikirize, kitegeeza nti Endagaano Empya kye kifaananyi okuva ekisiikirize ekyo. Bwe kituuka ku Mateeka, amateeka ku kuwaayo mu Ndagaano Enkadde gatuukiriziddwa mu Ndagaano Empya ku lwa Yesu. Mu biseera by'Endagaano Empya enkola ezaayitibwangamu zikyusiddwa ne zifuuka okuweereza okw'okusinza. Nga Katonda bwe yakkirizanga ssaddaaka ennyonjo era ezitaliiko bulemu bwonna mu Ndagaano Enkadde, Ajja kusanyukira okuweereza okw'okusinza okuweereddwayo mu mwoyo n'amazima mu biseera Eby'endagaano Empya. Amateeka agaali ag'okwegendereza ennyo gaateekanga essira ku bye bweru naye ng'era galingamu amakulu ag'omwoyo ag'ebuziba. Gasobola okukola ng'ebipima bwe tuba twekebera okulaba tuli tutya bwe kituuka ku kusinza.

Okusooka, oluvannyuma lw'okutanga oba okukkiriza nti gukusinza okuyita mu bikolwa olw'ebyo bye wakola ku baliraanwa, baganda bo oba ku Katonda nga ye ssaddaaka (ey'okuwaayo ku lw'omusango), omukkiriza alina okwetunulamu bw'abadde atambula wiiki eziyise, ne yeenenya ebibi bye, era n'asaba asonyiyibwe (okuwaayo ku lw'ekibi), olwo nno nalyoka asinza n'omutima omuyonjo n'amazima (ekiweebwayo ekyokebwa). Bwe tusanyusa Katonda nga tuwaayo ebiweebwayo ebitegekeddwa n'obwegendereza mu kusiima olw'ekisa Kye ekitukuumye okuyita mi wiiki (ekiweebwayo eky'obutta) n'okumubuulira ebyo omutima gwaffe bye gwagala (okuwaayo olw'emirembe), Ajja kutuukiriza okuyaayaana kw'emitima gyaffe era Atuwe amaanyi okusobola okuwangula ensi eno. Na bwe kityo, ebyo ebirina okubeera mu kuweereza okw'okusinza mu biseera by'Endagaano Empya ge makulu amangi ag'amateeka ku kuwaayo okw'omu Ndagaano Enkadde. Amateeka ku kuwaayo mu biseera by'Endagaano Enkadde gajja kwongera okulambululwa mu bujjuvu okuva ku Ssuula 3 n'okweyongerayo.

2. Okusinza mu Mwoyo N'amazima

Mu Yokaana 4:23-24 Yesu atugamba nti, "Naye ekiseera kijja, era kituuse, Abasinza amazima lwe banaasinzanga Kitaffe mu mwoyo n'amazima; kubanga Kitaffe anoonya abali ng'abo okubeera ab'okumusinzanga. Katonda gwe mwoyo, n'abo abamusinza kibagwanira okusinzanga mu mwoyo n'amazima." Bino bye bimu kw'ebyo Yesu bye yagamba omukazi gwe Yasanga ku luzzi mu Samaliya mu kibuga kya Sukali. Omukazi yabuuza Yesu, eyali atandise emboozi naye ng'amusaba amazzi anywe, ng'amubuuza ku kifo ekituufu aw'okusinziza, ng'ensonga eno yali ebobbya nnyo abantu emitwe bwatyo ng'ayagala agitegeere (Yokaana 4:19-20).

Wadde Abayudaaya ssaddaaka zaabwe baazitwalanga Yerusaalemi gye baaziweerangayo kubanga Yeekaalu gye yali, Abasamaliya ssaddaaka zaabwe baazitwalanga ku lusozi Gerizimu. Kino kyali bwe kityo lwakuba Isiraeri bwe yayawulwamu bibiri mu biro bya Lekobowaamu mutabani wa Sulemaani, Isiraeri eyali mu mambuka n'ezimba ekifo ekigulumivu okulemesa abantu okugenda mu Yeekaalu e Yerusaalemi. Omukyala ono kino yali yakiwulirako, era ng'ayagala kumanya ekifo ekituufu aw'okusinzizza kye kiri wa?

Kubanga abantu ba Isiraeri, ekifo awasinzibwa w'aba nga wakulu nnyo. Kubanga Katonda yatuulanga mu Yeekaalu, era ne bateekateekawo bulungi nga bakkiriza nti, awo ensi wetandikira. Wabula wadde guli gutyo, olw'okuba ekika ky'omutima omuntu gwasitudde ng'asinza Katonda kye kisinga obukulu okusinga ekifo aw'okusinziza, Yesu bwe yali yeyanjula nga Omununuzi yabaganya okutegeera nti entegeera ku kusinza nayo yali erina okuddizibwa obuggya.

"Okusinza mu mwoyo kye ki"? "Okusinza mu mwoyo" kwe kufuula ekigambo kya Katonda ekisangibwa mu bitabo 66 ebya Bayibuli emmere, mu kwolesebwa era n'obujjuvu bw'Omwoyo Omutukuvu, n'okusinza okuva ku ntobo y'omutima gwaffe wamu n'Omwoyo Omutukuvu oyo atuula mu ffe. "Okusinza mu mwoyo", nga biri wamu n'okutegeera Katonda obulungi, okumusinza n'omubiri gwo gwonna, omutima gwo, okwagala kwo kwonna, n'amazima ng'omuwa, mu ssanyu, n'okwebaza, okusaba, n'okutendereza, ebikolwa, saako ssaddaka.

Katonda okuba nga agaana oba akiriza okusinza kwaffe tekisinziira ku ndabika yaffe ey'okungulu oba obunene bwa ssaddaaka yaffe, naye okwegendereza kwe tuteekamu nga tumuwa okusinziira ku mbeera omuntu gy'aba alimu. Katonda ajja kugisanyukira era addemu ng'okuyaayaana kw'emitima gyaffe bwe kuli egy'abo abamusinza okuva ku ntobo y'emitima gyabwe era nga bamuwa ebitone kyeyagalire. Wabula wadde guli gutyo, takkiriza kusinza okuva mu bantu abeemanyi abalina emitima egikola ekyo kubanga waliwo ababalaba.

3. Okuwaayo Okusinza Katonda kwakkiriza

Ffe abaliwo mu mulembe guno ogw'Endagaano Empya ng'amateeka gonna gaatuukirizibwa Yesu Kristo, tulina okusinza Katonda mu ngeri etuukiridde. Kino kiri bwe kityo lwakuba okwagala lye tteeka erisinga obukulu eryatuweebwa Yesu Kristo, oyo eyatuukiriza amateeka mu kwagala. Kye kuva okusinza kubeera engeri gye tulaga okwagala kwaffe eri Katonda. Abantu abamu baatula okwagala kwabwe eri Katonda na mimmwa naye nga bw'otunuulira engeri gye bamusinzaamu, ebuusibuusibwa oba nga ddala bagala Katonda okuva ku ntobo y'omutima gwabwe.

Bwe tuba baakusisinkana omuntu atusinga ekitiibwa oba emyaka, tufuba okulaba nti bye tunaayambala bitukula, nti endowooza yaffe nnungi, n'omutima. Bwe tuba baakumuwa kirabo, tutegeka ekyo ekirabo ekisingayo obulungi n'obwegendereza. Naye, Katonda ye Mutonzi w'ebintu byonna ku nsi era agwanidde ekitiibwa n'amatendo okuva mu bitonde Bye. Bwe tuba baakusinza Katonda mu mwoyo n'amazima, tetulina gamala gajja mu maaso ge nga tetufuddeyo. Tulina okwetunulamu ne twekenneenya okulaba oba ddala tusaanidde ne tukakasa nti twenyigira mu kusinza n'omubiri gwaffe gwonna, omutima wamu n'okufaayo.

1) Tutulina kutuuka kikeerezi mu kusaba.

Engeri okusaba okw'okusinza gye gubeera mukolo mwe tukkiririza obuyinza obw'omwoyo obwa Katonda oyo atalabika, tujja kuba tumukkiriza okuva ku ntobo y'omutima gwaffe singa tunaagondera amateeka Gataddewo. N'olwekyo, kikyamu nnyo ffe okutuuka ekikeereza mu kusaba k'owe nsonga ki.

Olw'okuba okusaba kye kiseera kye tuwaddeyo nti kya Katonda, tulina okutuuka nga okusaba tekunnaba, ne twewaayo mu kusaba, era ne twetegekera okusaba n'emitima gyaffe. Singa tubadde baakusisinkana kabaka, pulezidenti, oba katikkiro, ddala tutuuka mu budde era ne tulinda ng'emitima gyaffe gyetegese. Kati olwo, tuyinza tutya okupapirira oba okutuuka ekikerezi nga tugenda okusisinkana Katonda oyo atageraageranyizika era asinga amaanyi?

2) Tulina okussaayo omwoyo gwaffe gwonna eri obubaka.
Omusumba (paasita) ye muweereza eyalondebwa Katonda; yeenkana ne kabona mu Ndagaano Enkadde. Omusumba eyateekebwawo okubuulira Ekigambo kya Katonda ku wolotaali, ye mulung'amya w'ekisibo ky'endiga okuzitwala mu Ggulu. N'olwekyo, ggwe okunyooma omusumba oba okumujeemera, Katonda akitwala nga Ye gw'oba ojeemedde oba okunyooma.

Mu Kuva 16:8 tulaba nti abantu ba Isiraeri bwe beemulugunya era ne bawakanya Musa, kino baakikola ku Katonda Yennyini. Mu 1 Samwiri 8:4-9, abantu bwe baajeemera Nnabbi Samwiri, Katonda yakitwala nti baali bajeemedde Ye. N'olwekyo, bw'odda mu mboozi n'omuntu akulinaanye oba ebirowoozo byo ne bibeera walala nnyo ng'omusumba ali mu kubuulira obubaka ku lwa Katonda, obeera munyoomi mu maaso ga Katonda.

Okusumagira oba okwebakira mu kusaba nakyo kikolwa kya bunyoomi. Kubissaamu akafaananyi ng'omuwandiisi oba minisita yeebakidde mu lukung'ana olwayitiddwa omukulu w'eggwanga? Mu ngeri y'emu, okusumagira oba okwebakira mu yeekaalu nga gwe mubiri gwa Mukama Waffe kikolwa kya bunyoomi mu maaso ga Katonda, omusumba, wamu n'eri ab'oluganda mu kukkiriza.

Era tekikkirizibwa okusinza n'omwoyo omumenyefu. Katonda tajja kukkiriza kusinza kumuweereddwa awatali kusiima, kusanyuka na kwebaza wabula wakati mu nnaku. N'olwekyo, tulina okwetaba mu kusaba okw'okusinza nga twesunga obubaka ekiva mu ssuubi ery'eggulu, n'omutima ogwebaza olw'ekisa eky'obulokozi n'okwagala. Kyakabi okunyeenya oba okwogera n'eri omuntu ali mu kusaba eri Katonda. Kibanga bw'otasobola kusaza mu kwogera kw'omuntu wadde weenkana naye singa abeera ayogera n'omuntu abasingako, kibi nnyo okusaza mu muntu ali mu kwogera ne Katonda.

3) Omwenge ne Sigala tebirina kukozesebwa ng'omuntu anaatera okugenda mu kusaba.

Katonda omuntu eyakalokoka ng'akyalemereddwa okuva ku mwenge oba sigala olw'okukkiriza kwe okunafu n'amutwala nga munyoomi. Kyokka, omuntu eyabatizibwa era nga alina n'ekifo mu kanisa agenda mu maaso n'okunywa sigala n'omwenge, kino kikolwa kya bunyoomi mu maaso ga Katonda.

Olaba n'abatakkiriza bakitwala nti kikyamu okugenda mu kanisa ng'onywedde ebitamiiza oba nga wakanywa sigala. Omuntu bwatunuulira ebizibu ebingi n'ebibi ebiva mu kunywa omwenge ne sigala, ajja kuba asobola okutegeera n'amazima engeri y'okweyisa obulungi ng'omwana wa Katonda.

Okunywa sigala kuleeta endwadde nnyingi eza kansa era wabulabe eri omubiri, so nga kwo okunywa omwenge, kutamiiza omuntu, ekiyinza okumuviirako okweyisa nga bwalabye, n'okumala googera. Omukkiriza anywa sigala n'omwenge ayinza atya okubeera eky'okulabirako nga omwana wa Katonda, nga eneeyisa ye eyinza okuleetera okuyisa mu Katonda amaaso? N'olwekyo, bw'oba n'okukkiriza okw'amazima, olina mu bwangu ddala okweggyako engeri zo ez'edda. Ne bw'oba wakakkiriza, olina okufuba okulaba nga weggyako engeri zo ez'edda okusobola okubeera omulongoofu mu maaso ga Katonda.

4) Tetulina kutabulatabula oba okwonoona embeera Ey'okusaba.

Yeekaalu kye kifo ekirongoofu ekyateekebwawo nga kya kusinza, kusaba, n'okutendereza Katonda. Omuzadde bw'akkiriza omwana we n'akaaba oba okuleekaana, oba okuddukadduka mu kanisa nga bwe bagala, omwana ono ajja kuziyiza abantu abalala mu kanisa okusinza n'omutima gwabwe gwonna. Kino kikolwa kikyamu mu maaso ga Katonda.

Era kubeera kuyisaamu maaso okunyiiga oba n'okutandika okuyomba ku lw'ebyo ebitatambudde bulungi mu bizinensi yo ng'oli mu yeekaalu. Okwegaaya, okwogerera waggulu wakati mu kusaba, oba okuyimukayimuka wakati mukusaba nabyo kubeera kunyooma. Okwambala enkoofiira, Bu munywa ntuuyo, ne siripa mu kusaba oba ovudde ku mpisa ezigwanira. Endabika ey'okungulu si kikulu, naye endowooza y'omuntu ey'omunda n'omutima gwe bwe guli, byeyolekera nnyo kungulu. Engeri omuntu gye yeetegekeramu okusaba yeeyolekera nnyo mu byayambala ne bwalabika ku ngulu.

Okuba n'okutegeera ekyo Katonda kyayagala okutuufu, kituyambako okumuwa okuweereza okw'omwoyo okw'okusinza okwo Katonda kwajja okukkiriza. Bwe tusinza Katonda mu ngeri emusanyusa – bwe tumusinza mu mwoyo n'amazima – Ajja kutuwa amaanyi ag'okutegeera tube nga tusobola okunnyikiza okutegeera okwo ku ntobo y'emitima gyaffe, tubale ebibala mu bungi, era tweyagalire mu kisa eky'enjawulo n'emikisa byajja okutuyiira.

4. Obulamu Obujjudde Okusinza mu Mwoyo N'amazima

Bwe tusinza Katonda mu mwoyo n'amazima, obulamu bwaffe buddizibwa buggya. Katonda ayagala buli bulamu bwa muntu bubeera nga bujjuziddwa busobole okubeera obulamu obujjudde okusinza mu mwoyo n'amazima. Tuyinza kweyisa tutya ffe okusobola okuwa Katonda okuweereza okw'omwoyo okw'okusinza kwannajja okusanyukira?

1) Tulinanga okusanyukanga bulijjo.

Essanyu eryannama ddala teriva kw'ebyo ebintu ebikusanyusa byokka, wabula ne bwe tuba tusisinkanye embeera ezirimu obulumi era nga nzibu. Yesu Kristo, gwe twakkiriza ng'omulokozi waffe, Ye yennyini alina okubeera ensonga enkulu lwaki tusanyuka, tulina okusanyuka bulijjo kubanga yatugirawo ebikolimo. Bwe twali mu kkubo ery'okuzikirira, Yatununula okuva mu bibi ng'ayiwa omusaayi Gwe Ye. Obwavu bwaffe yabwetika n'endwadde, era n'asumulula ekikoligo eky'obujeemu obw'amaziga, obulumi, ennaku, n'okufa. Era, Yamenyaamenya obuyinza bw'okufa era n'azuukira, bwatyo n'atuwa essuubi ery'okuzuukira era n'atuganya okufuna obulamu obulungi ennyo n'eggulu eddungi okukamala.

Bwe tuba nga tufunye Yesu Kristo olw'okukkiriza nga ensulo y'essanyu lyaffe, kati awo tewali kirina kutulemesa kusanyuka. Kasita tulina essuubi eddungi ery'obulamu oluvannyuma lwa buno bwe tulina era nga tujja kuweebwa essanyu ery'olubeerera, ne bwe tutaba na mmere era nga tusibiddwa olw'ebizibu ebiri mu maka, wadde nga twetooloddwa okubonabona n'okuyigganyizibwa, ebyo ebiriwo kati tebitugasa. Kasita omutima gwaffe ogujjudde okwagala kwa Katonda gutava ku mulamwa n'essuubi lyaffe ery'eggulu terinyeenyezebwa, essanyu teririvaawo. Kale emitima gyaffe bwe gijjuzibwa ekisa kya Katonda n'essuubi ery'eggulu, Essanyu lifubutukayo essaawa yonna, awo ebizibu bijja kukyusibwa mu bwangu ddala bifuuke emikisa.

2) Tulina okusaba Obutalekaayo.

Waliwo amakulu ga mirundi esatu mu bigambo "Saba obutalekaayo." Agasooka, Okusaba okugifuula empisa. Kubanga ne Yesu, mu buweeeza Bwe bwonna, Yanoonyanga ebifo ebisirifu n'asabanga "ng'empisa Ye" bwe yalinga. Danyeri yasabanga emirundi esatu buli lunaku ne Peetero n'abayigirizwa abalala n'abo baafunanga obudde okusabanga. Naffe tulina okusaba okigifuula empisa yaffe okusobola okuweza essaala n'okulaba nti amafuta ag'Omwoyo Omutukuvu tegaggwaawo. Olwo lwokka lwe tuyinza okutegeera ekigambo kya Katonda mu kusaba era n'okufuna amaanyi okutambulira mu kigambo kya Katonda.

Amalala, "okusaba obutalekaayo" kwe kusaba ne mu budde oba ekiseera mwotatera ku kikolera. Waliwo ebiseera Omwoyo Omutukuvu wakulumiriza osabe wadde nga ekiseera mwotera okusabira tekinnatuuka. Tutera nnyo okuwulira obujjulizi okuva mu bantu abaawonye embeera enzibu gamba nga akabenje bwe baagondedde eddoboozi eryo ne basaba mu kaseera ako w'ebawulidde Omwoyo Omutukuvu ng'abagamba saba.

Agasembayo, "okusaba obutalekaayo" kwe kulowooza ku kigambo kya Katonda ekiro n'emisana. Wonna w'oba oli, oba omuntu ali n'abantu ki. n'ekyaba akola, amazima mu mutima gwe galina okubeera amalamu era nga gakola omulimu gwago.

Okusaba kulinga kwe kussa eri omwoyo gwaffe. Nga omubiri bwe gufa ng'okussa kukomye, okulekayo okusaba kujja kuviirako omwoyo okunafuwa era olugira gujja kufa. Omuntu asobola okugambibwa nti "asaba obutalekayo" singa takoma kubaako ssaawa mwasabira entakera, wabula n'aba ng'alowooza ku Kigambo emisana n'ekiro, era n'akitambuliramu. Ekigambo kya Katonda bwe kituula mu mutima gwe era n'aba ng'atambulira mu kussa ekimu n'Omwoyo Omutukuvu, buli mbeera yonna ey'obulamu bwe ejja kugenda mu maaso era ajja kukulemberwa bulungi Olw'omwoyo Omutukuvu.

Nga Bayibuli bwe tugamba "okusooka okunoonya obwakabaka bwa Katonda n'obutuukirivu Bwe," Bwe tusabira obwakabaka bwa Katonda – Obugabirizi Bwe, N'okulokoka kw'emyoyo – mu kifo ky'okwesabira ffe, Katonda ate atuwa nnyo emikisa n'okukirawo. So nga eriyo abantu abasaba lwokka lwe basisinkanye ebizibu oba bwe babeera bawulira nti waliwo ekibabulako, era bwe babeera mu mirembe, eby'okusaba nga babivaako. Waliwo abalala abanyiikira okusaba bwe bajjuzibwa Omwoyo Omutukuvu kyokka bwe bagira nga babivaako singa obujjuvu bw'omwoyo bukendeera.

Wabula ne mu kiseera ng'ekyo, tulina okwekamba ne tukomyawo emitima gyaffe ne tuyimusa eri Katonda evvumbe ery'okusaba eryo erimusanyusa. Kubisaamu bwe kiyinza okuba ekizibu era ekikooya okugezaako okukamula ebigambo okuva mu muntu nga ye tayagala okusobola okutwaliriza obudde mu kusaba ng'eno bwagezaako okwegobako otulo n'obukoowu n'ebirowoozo ebitalina makulu. Kale, omukkiriza bw'aba yeetwala nti alina watuuse mu kukkiriza kyokka ng'akyalina obuzibu obw'ekikula ekyo era ng'awulira obuzibu okwogera ne Katonda, ddala talina kuswala okwogera nti "nkwagala nnyo Katonda"? Bw'oba owulira nga nti, 'Okusaba kwange si kw'amaanyi mu mwoyo era tekulina gye kulaga,' weekebere olabe obadde osanyuka kyenkana ki n'okwebaza.

Kimanyiddwa nti omutima gw'omuntu bwe gubeera gujjudde essanyu bulijjo n'okwebaza, okusaba kujja kubeera mu bujjuvu bw'Omwoyo Omutukuvu era tekujja kwesiba mu kifo kimu wabula kujja kugenda ebuziba ddala. Omuntu tajja kuwulira nti talina busobozi kusaba. Era nga embeera gyekoma okuzibuwala, gyakoma okuyaayaanira ekisa kya Katonda, nga kye kijja okumusindiikiriza okwongera okukoowoola Katonda okusingawo era okukkiriza kwe kujja kweyongera okukula mpolampola.

Bwe tukoowoola mu kusaba okuviira ddala ku ntobo y'omutima

gwaffe awatali kulekayo, tujja kubala ebibala bingi eby'okusaba. Wadde waliwo ebisoomoozebwa ebiyinza okujja gye tuli, tujja kusigala tusaba nga bwe tubadde tukikola bulijjo. Era gye tukoma okukoowoola mu kusaba, Omwoyo ow'ebuziba ow'okukkiriza n'okwagala gyajja okukoma okukula, era tujja kugabana ekisa n'abalala. N'olwekyo, kale kitukakatako ffe okusaba obutalekaayo mu ssanyu n'okwebaza tusobole okufuna okuddibwamu okuva eri Katonda mu ngeri ey'ekibala ky'omwoyo n'omubiri ekirungi.

3) Tulina okwebaza mu buli kimu.

Olina nsonga ki ggwe okuba nga weebaza? Okusooka byonna, waliwo eky'okuba nti, twandibadde baakufa, kyokka twalokolebwa era nti tusobola okuyingira eggulu. Okuba nti tuweereddwa buli kimu omuli emmere yaffe eya buli lunaku n'okuba abalamu, ensonga ezo zokka zimala okubanga twebaza. Era, tusobola okwebaza wadde tuyita mu mbeera efaanana etya n'okusoomoozebwa kubanga tukkiririza mu Katonda Ayinza byonna.

Katonda amanyi buli mbeera gye tuyitamu ne nsonga zaffe zonna, era awulira okusaba kwaffe kwonna. Bwe twesiga Katonda ebbanga lyonna wakati mu bizibu, Ajja kutulung'amya era tuve mu bigezo ebyo bye nnyini ng'abawanguzi .

Bwe tuba mu kubonaabona olw'erinnya erya Mukama Waffe oba ne bwe tuba tusisinkanye ebizibu olw'ensobi zaffe ze nnyini oba obunafu, bwe twesiga Katonda mu mazima, tujja kukizuula nti ekintu kye tulina okukola kyokka kwe kwebaza. Bwe wabaawo okubulwa oba ekitannatuukirira, tulina okwongera okwebaliza ddala, olw'amaanyi ga Katonda oyo awa amaanyi era atuukiriza abanafu. Ne bwe tuba ng'embeera gye tuyitamu mu buliwo eringa eyeeyongera obuzibu nga tuzitoowereddwa, tujja kuba tukyasobola okwebaza olw'okukkiriza kwaffe mu Katonda. Bwe tumala okwebaza olw'okukkiriza okutuuka ku nkomerero ya byonna, ebintu byonna bijja kuba bibaddewo olw'obulungi era gye biggwera ebyo byonna bijja kufuuka emikisa.

Okwebazanga bulijjo, okusaba obutalekaayo, n'okwebazanga mu buli mbeera yonna bye bipimo ebituyamba okupima okusobola okumanya tubaze ebibala byenkana ki mu mwoyo ne mu mubiri okuyita mu bulamu bwaffe mu kukkiriza. Omuntu gyakoma okufuba okusanyuka wadde embeera efaanana etya, n'asiga ensigo ez'okusanyuka, n'okwebaza okuva ku ntobo y'omutima gwe nga bwanoonya ensonga eziyinza okumusanyusa, gyakoma okubala ebibala eby'okusanyuka n'okwebaza. Kye kimu ne mu kusaba; omuntu gyakoma okuteekamu amaanyi mu kusaba, gyakoma okufuna amaanyi n'eby'okuddamu ng'ebibala by'abakukungudde.

N'olwekyo, nga tuwaayo eri Katonda bulijjo ekika ky'okusinza ekimusanyusa era kyasiima okuyita mu bulamu ng'osanyuka bulijjo, ng'osaba obutalekaayo, n'okwebaza (1 Abasessaloniika 5:16-18), Kansuubire nti onoobala ebibala eby'amaanyi ate mu bungi mu mwoyo ne mu mubiri.

Essuula 2

Ebiweebwayo mu Ndagaano Enkadde nga bwe Byawandiikibwa mu Eby'abaleevi

"Awo MUKAMA n'akowoola Musa n'ayogera naye mu Weema ey'okusisinkanirangamu, ng'agamba nti, 'Yogera n'abaana ba Isiraeri obagambe nti, "Omuntu yenna ku mmwe bw'awangayo ekitone eri MUKAMA, munaakiwangayo okukiggya ku nsolo, ku nte ne ku mbuzi."

Ebyabaleevi 1:1-2

1. Omugaso gwa Eby'abaleevi

Abantu batera nnyo okwogera nti ekitabo ky'Okubikkulirwa mu Ndagaano Empya, ne Eby'abaleevi mu Ndagaano Enkadde bye bitabo ebisinga obuzibu okutegeera. Olw'ensonga eyo, abamu bwe babeera basoma Bayibuli ebitabo ebyo ebibiri babibuuka so nga abalala balowooza nti ebyaweebwangayo mu biseera by'Endagaano Enkadde tetukyalina kye tubiyigirako olwaleero. Naye, singa ebitabo ebyo byali tebituyamba, tewali nsonga lwaki Katonda yandibadde abiwandiika mu Bayibuli. Olw'okuba buli kigambo ekyawandiikibwa mu Ndagaano Enkadde N'empya byonna bikulu eri obulamu bwaffe mu Kristo, Katonda yabiganya okubeera nga biwandiikibwa mu Bayibuli (Matayo 5:17-19).

Amateeka ku kuwaayo okw'ebiseera eby'Endagaano Enkadde tegalina kusuulibwa eri mu biseera bino eby'Endagaano Empya. Nga bwe kiri ne mu mateeka amalala gonna, amateeka agafuga okuwaayo mu Ndagaano Enkadde n'ago gaatuukirizibwa Yesu mu Ndagaano Empya. Eby'okuyiga ebiri mu makulu ag'amateeka agakwata ku kuwaayo mu Ndagaano Enkadde byanywezebwa ne mu kusinza kwonna okw'ebiseera bino mu yeekaalu ya Katonda n'ebiweebwayo eby'omu biseera eby'Endagaano Enkadde byenkanankana n'ebyo ebikolebwa mu kusaba okwaleero. Bwe tutegeera obulungi amateeka agakwata ku kuwaayo okw'omu biseera by'Endagaano Enkadde n'amakulu agalimu, tujja kusobola okukwata akakubo akatutuusa amangu ku by'amagero ebijja okutusobozesa okusisinkana Katonda era tumwerabireko olw'okuba tujja kubeera tutegedde bulungi engeri gye tulina okumusinza n'okumuweereza.

Eby'abaleevi kitundu ku Kigambo kya Katonda ekituukira ne kw'abo bonna abamukkiririzaamu olwaleero. Kino kiri bwe kityo lwakuba, nga bwe tusanga mu 1 Peetero 2:5, "Era nammwe ng'amayinja amalamu muzimbibwa ennyumba ey'omwoyo okubeera nga bakabona abatukuvu, okuwangayo ssaddaaka ez'omwoyo, ezisiimibwa Katonda ku bwa Yesu Kristo," omuntu yenna afunye obulokozi okuyita mu Yesu Kristo asobola okugenda mu maaso ga Katonda, nga bakabona mu biseera by'Endagaano Enkadde bwe baakolanga.

Eby'abaleevi okusingira ddala byawuddwamu ebitundu bibiri. Ekitundu ekisooka okusingira ddala kitunuulidde engeri ebibi byaffe gye bisonyiyibwa. Era okusinga ennyo kirimu amateeka ku biweebwaayo abantu okusobola okusonyiyibwa ebibi. Era kinyonyola n'ebisaanyizo n'obuvunaanyizibwa bwa kabona avunaanyizibwa ku biweebwayo okusobola okukwataganya abantu ne Katonda. Ekitundu eky'okubiri kitunuulira mu bujjuvu ebibi abantu ba Katonda abalonde, Abantu Be abatukuvu bye batalina kukola. Kwe kugamba, buli mukkiriza alina okuyiga okwagala kwa Katonda okusangibwa mu By'abaleevi, ekiteeka essira ku nkolagana ennungi gye balina okuba nayo wakati waabwe ne Katonda.

Amateeka ku ssaddaaka mu By'abaleevi gannyonyola engeri gye tulina okusinzaamu. Nga bwe tusisinkana Katonda era ne tufuna okuddibwamu Kwe n'emikisa okuyita mu kusaba okw'okusinza, n'abantu ab'omu Ndagaano Enkadde baafunanga okusonyiyibwa ebibi era ne beerabira ku by'amagero bya Katonda okuyita mu ssaddaaka. Wabula oluvannyuma lwa Yesu Kristo, Omwoyo Omutukuvu akoze ekifo eky'okubeeramu munda mu ffe era twakkirizibwa okussa ekimu ne Katonda bwe tuba nga tumusinza mu mwoyo n'amazima wakati mu mirimu gy'Omwoyo Omutukuvu.

Abaebbulaniya 10:1 watugamba nti, "Kubanga amateeka bwe galina ekisiikirize eky'ebirungi ebyali bigenda okujja, so si kifaananyi kye nnyini eky'ebigambo, ne ssaddaka ezitajjulukuka, ze bawaayo obutayosa buli mwaka buli mwaka, tebayinza ennaku zonna kutuukiriza abo abazisemberera." Bwe wabaawo ekintu, wabaawo n'ekisikirize kyakyo. Olwaleero, "ekintu ekyo" kwe kuba nti tusobola okusinza okuyita mu Yesu Kristo ate mu biseera by'Endagaano Enkadde, abantu baakuumanga enkolagana yaabwe ne Katonda okuyita mu ssaddaaka, nga bye byali ebisiikirize.

Okuwaayo eri Katonda kulina kukolebwa okusinziira ku mateeka gayagala; Katonda takkiriza kusinza okuweereddwayo omuntu akukoze mu ngeri ye ng'omuntu. Mu Lubereberye 4, tulaba nga Katonda yakkiriza ssaddaaka ya Abiri kubanga yali yagoberera okwagala kwa Katonda, kyokka eya Kayini n'agigaana kubanga yawaayo mu ngeri ye.

Mu ngeri y'emu, waliwo okusinza okusanyusa Katonda ne wabaawo n'okusinza okuwabizibwa nga tekugoberedde mateeka Ge bwe kutyo ne kubeera nga tekugasa Katonda. Ebisangibwa mu mateeka ag'okuwaayo mu Eby'abaleevi bwe bubaka bwennyini ku kika ky'okusinza okusobola okutufunyisa okuddibwamu okuva eri Katonda n'emikisa Gye era nga kwe kumusanyusa.

2. Katonda N'akoowoola Musa N'ayogera naye mu Weema Ey'okusisinkaniramu

Ebyabaleevi 1:1 wasoma nti, "Awo MUKAMA n'akowoola Musa n'ayogera naye mu weema ey'okusisinkaniramu, ng'agamba nti..." Eweema ey'okusisinkaniramu yali yeekaalu esobola okutambuzibwa okuva mu kifo ekimu okudda mu kirala mu bwangu ey'abaana ba Isiraeri abaabeeranga mu ddungu, era ng'awo Katonda we yayitira Musa. Eweema ey'okusisinkanirangamu etegeeza eweema erimu yeekaalu ne Awatukuvu wa Watukuvu (Okuva 30:18, 30:20, 39:32, ne 40:2). Era okutwaliza awamu eyinza okutegeeza weema n'oluggya lwayo 4:31, 8:24).

Nga tugoberera abaana ba Isiraeri nga bava e Misiri okugenda mu nsi ensuubize, abaana ba Isiraeri baamala ebbanga eddene mu ddungu era ne babeera nga mukutambula. Mu ngeri eyo, weema mwe baaweerangayo ssaddaaka eri Katonda kyokka yali teyinza kuzimbibwa ng'ekizimbe eky'enkalakalira, kyokka y'abanga weema gye baasobolanga okutambuza okuva mu kifo ekimu okudda mu kirala. Olw'ensonga eno, weema eno era etera okuyitibwa "yeekaalu eya weema."

Mu Kuva 35-39 mulimu mu bujjuvu engeri weema eyo gye yali erina okuzimbibwamu. Katonda yennyini yawa Musa ebiragiro mu bujjuvu ku ngeri gyayinza okuzimbamu weema n'ebikozesebwa mu kugizimba. Musa bwe yagamba abantu ku bikozesebwa ebyali byetaagisa okuzimba weema, mu ssanyu baaleeta ebintu nga bingi ddala omwali zaabu, ffeeza, ebikomo; amayinja aga buli kika; kaniki, engoye ez'effulungu, kakobe, n'emyufu, ne bafuta; ebyoya by'embuzi, amaliba g'endiga amannyike, era Musa n'akoma ku bantu okulekayo okuleeta nti bye baali baleese byali bimala (Okuva 36:5-7).

Bwetyo weema n'ezimbibwa n'ebintu abantu bye baawaayo mu kwagala. Abaisiraeri bwe baali bava mu Misiri okugenda mu nsi ensuubize baasibamu ebyangu nga balinga ababagobayo, kale ebizimbisibwa okubifuna teguyinza kuba nga gwali mulimu mwangu. Jjukira baali tebalina nnyumba wadde ettaka. Nga tebayinza kufuna bya bugagga okuyita mu kulima. Wabula wadde guli gutyo, bwe baalowooza ku kisuubizo kya Katonda nti ajja kubeeranga wakati mu bbo singa banaazimba weema mwanaatuulanga, abaana ba Isiraeri ne bagumira okutoola kyonna ekyali kibasabiddwa ne ssanyu wamu n'okwebaza.

Olw'okuba abaana ba Isiraeri, abaali babonaabonedde ekiseera ekiwanvu ennyo nga bwe bavumimwa n'okuyisibwa ng'abaddu, ekintu kimu kye baali basinga okwetaaga kwe kuteebwa okuva mu buddu. Kale bwe kityo, bwe baanunulibwa okuva e Misiri, Katonda n'abalagira okuzimba weema asobola okubeera mu masekati gaabwe. Abaana ba Isiraeri baali tebalina nsonga ebalwisa, bwetyo eweema n'ezimbibwa mu sanyu n'okwesiima okuva mu ba Isiraeri nga omusingi gwabwe.

Nga wakayingira munda mu weema oba otuuse mu 'Yeekaalu', era okuyita mu Yeekalu ne weeyongerayo munda oba otuuse 'Awatukuvu wa Watukuvu.' Kino kye kifo ekisinga obutukuvu. Era nga Awatukuvu wa Watukuvu we wabeera Ssanduuko Ey'obujulirwa (Ssanduuko eye Ndagaano). Olw'okuba Ssanduuko ey'Eyendagaano, nga yerimu Ekigambo kya Katonda, okuba mu kifo ekisinga Obutukuvu kiba ng'akabonero okubajjukizanga okubeerawo kwa Katonda. Wadde nga weema yonna ntukuvu nga ennyumba ya Katonda bw'eri, Awatukuvu wa Watukuvu kye kifo ekiteereddwawo era nga kitwalibwa ng'ekifo ekikyasinzeeyo obulongoofu. Ne kabona omukulu yakkirizibwanga okutuuka mu kifo ekyo omulundi gumu gwokka mu mwaka era ng'omukolo ogwo gwali gwakuwaayo ekiweebwayo olw'ekibi ku lw'abantu bonna. Ng'abantu ba bulijjo tebakkirizibwa kugendayo. Kiri bwe kityo lwakuba abalina ekibi tebaligenda mu maaso ga Katonda.

So nga, ku lwa Yesu Kristo, ffenna twafuna omukisa okusobola okugenda mu maaso ga Katonda. Mu Matayo 27:50-51 wasoma nti, "Yesu n'ayogerera nate waggulu n'eddoboozi ddene, n'ata omwoyo Gwe. Laba, egigi lya Yeekaalu ne liyulikamu wabiri, okuva waggulu okutuuka wansi." Yesu bwe yeewaayo okuyita mu kufa ku musaalaba okutununula mu bibi byaffe, egigi eryali nga lwawulawo wakati wa Watukuvu wa Watukuvu naffe lyayulikamu bibiri.

Ku kino Abaebbulaniya 10:19-20 walambulula nti, "Kale ab'oluganda, bwe tulina obugumu okuyingira mu kifo ekitukuvu olw'omusaayi gwa Yesu, mu kkubo lye yatukubira, eriggya eddamu, eriyita mu ggigi gwe, mubiri Gwe." Lye gigi eryo eryayulikamu awabiri Yesu bwe yeewaayo mu kufa era nga kiyimirirawo ng'akabonero ak'okumenyawo ekisenge eky'ebibi wakati waffe ne

Katonda. Kati buli muntu yenna akkiririza mu Yesu Kristo asobola okusonyiyibwa ebibi era n'ayingira mu kkubo eryateekebwawo okugenda mu maaso ga Katonda omutukuvu. Bakabona edda beebagendanga bokka, naye kati tusobola okuba n'okussa ekimu ne Katonda buterevu.

3. Amakulu Ag'omwoyo Aga Weema Ey'okusisinkanirangamu

Makulu ki agali mu weema ey'okusisinkanirangamu gye tuli olwaleero? Weeme ey'okusisinkanirangamu ye kanisa abakkiriza gye bakung'anira okusinza olwaleero, Yeekaalu gwe mubiri gw'abakkiriza abo abakkiriza Mukama, Awatukuvu wa Watukuvu gwe mutima gwaffe nga mu gwo Omwoyo Omutukuvu mwatuula. 1 Abakkolinso 6:19 watujjukiza, "Oba temumanyi ng'omubiri gwammwe ye yeekaalu y'Omwoyo Omutukuvu ali mu mmwe, gwe mulina eyava eri Katonda, nammwe temuli ku bwammwe?" Bwe twamala okukkiriza Yesu Kristo ng'omulokozi waffe, Omwoyo Omutukuvu yatuweebwa ng'ekirabo okuva eri Katonda. Olw'okuba Omwoyo Omutukuvu atuula mu ffe, omutima gwaffe n'omubiri ye yeekaalu entukuvu.

Era tusisinkana mu 1 Bakkolinso 3:16-17 nti, "Temumanyi nga muli yeekaalu ya Katonda, era nga Omwoyo wa Katonda abeera mu mmwe? Omuntu yenna bw'azikirizanga yeekaalu ya Katonda, Katonda alimuzikiriza oyo, kubanga yeekaalu ya Katonda ntukuvu, ye mmwe." Nga bwe tulina okukuuma yeekaalu ya Katonda erabibwa ng'etukula era nga ntukuvu ekiseera kyonna, tulina n'okukuuma omubiri gwaffe n'omutima nga biyonjo era nga bitukuvu ekiseera kyonna nga awantu awatuula Omwoyo Omutukuvu.

Tusoma nti Katonda ajja kuzikiriza omuntu yenna ayonoona yeekaalu ya Katonda. Omuntu bw'abeera mwana wa Katonda era nga yakkiriza Omwoyo Omutukuvu naye n'agenda mu maaso okweyonoona, Omwoyo Omutukuvu ajja kuggwerera era tewajja kubeera bulokozi eri omuntu oyo. Okujjako nga tukuumye yeekaalu Omwoyo Omutukuvu mwatuula nga ntukuvu olw'ebikolwa byaffe n'omutima lwe tusobola okutuuka ku bulokozi obutuukiridde era ne tuba n'enkolagana ey'amaanyi ne Katonda.

N'olwekyo, olw'okuba Katonda yakoowoola Musa ng'asinziira mu weema ey'okusisinkanirangamu kino kiraga nti Omwoyo Omutukuvu atukoowoola ng'asinziira mu ffe munda, era ng'anoonya okussa ekimu wamu naffe. Kya bulijjo abaana ba Katonda abafunye obulokozi okubeera n'okussa ekimu ne Katonda Kitaffe. Balina okusaba olw'omwoyo Omutukuvu era ne basinza mu mwoyo n'amazima mu kussa ekimu ne Katonda okw'amaanyi.

Abantu mu biseera by'Endagaano Enkadde baali tebasobola kubeera na kussa kimu ne Katonda omutukuvu olw'ebibi byabwe. Nga kabona omukulu yekka yasobola okuyingira Awatukuvu wa Watukuvu ekyali munda ddala mu weema era ne bawa Katonda ebiweebwayo ku lw'abantu. Olwaleero buli mwana wa Katonda akkirizibwa okuyingira yeekaalu okusinza, okusaba, n'okuba n'okussa ekimu ne Katonda. Kino kisoboka kubanga Yesu Kristo yatununula okuva mu bibi byaffe.

Bwe tukkiriza Yesu Kristo, Omwoyo Omutukuvu atuula mu mutima gwaffe era n'akitwala nti we Watukuvu wa Watukuvu. Kyokka, nga Katonda bwe yayita Musa ng'asinziira mu weema ey'okusisinkaniramu, Omwoyo Omutukuvu atuyita okuva ku ntobo y'omutima gwaffe era ng'ayaayaana okuba n'okussa ekimu naffe. Ng'atuganya okuwulira eddoboozi ery'Omwoyo Omutukuvu era ne tufuna okulung'amya Kwe, Omwoyo Omutukuvu atulung'amya okutambulira mu mazima n'okutegeera Katonda. Ffe okusobola okuwulira eddoboozi ly'Omwoyo Omutukuvu, tulina okweggyako ebibi n'Obubi mu mitima gyaffe tusobole okufuuka abatukuziddwa. Bwe tutuuka kubutukuvu obwo, tujja kusobola okuwulira eddoboozi ery'Omwoyo Omutukuvu obulungi nnyo era emikisa ginnajjanga gye tuli mu mwoyo ne mu mubiri.

4. Enkula ya Weema Ey'okusisinkanirangamu

Enkula ya weema ey'okusisinkaniramu nyangu nnyo. Omuntu alina kuyita ku wankaaki, nga wenkanankana mita mwenda obugazi (ze fiiti nga 29.5) okuva ebugwanjuba wa weema. Bwayingira mu luggya lwa weema, omuntu ajja kutuukira ku kyoto awookerwa Ekiweebwayo Ekyokebwa nga kyakolebwa mu kikomo. Wakati W'ekyoto kino ne Yeekaalu waliwo ebbaafu omunaabirwa, Bw'ossuka wano obeera otuuse awali Yeekaalu ne Awatukuvu wa Watukuvu nga we wali ekinyusi kya weema ey'okusisinkanirangamu.

Ebipimo bya weema omuli Yeekaalu ne Awatukuvu wa Watukuvu ze mita nnya n'ekitundu (ze fuuti nga 14.7) mu bugazi, Mita 13.5 (ze fuuti nga 44.3) mu buwanvu, era fuuti nnya n'ekitundu (ze fuuti nga 14.7) obugulumivu. Ekizimbe kino kizimbiddwa ku musingi ogwakolebwa mu feeza, ng'ebisenga byayo biriko empagi ezaakolebwa mu muti ogwa sita nga zisigiddwako zaabu, akasolya kaayo kaliko engoye za mirundi ena. Bakerubi abatungiddwa obulungi ku ng'oye eziri ku mutendera ogusooka; omutendera ogw'okubiri guliko ezikoleddwa mu maliba g'embuzi; ogw'okusatu mu malib**a g'endiga; n'ogw'okuna agamafulungu amannyike.

Yeekaalu ne Awatukuvu Wawatukuvu wawuddwawo olugoye ekutungiddwako Bakerubi. Obunene bwa Yeekaalu bukubisaamu obwa Awatukuvu wa Watukuvu emirundi ebiri. Mu Yeekaalu we wali emmeeza y'omugaati, ttabaaza, ekyoto okwokerwa obubaane. Ebintu bino byonna byakolebwa mu zaabu. Munda wa Watukuvu wa Watukuvu we wasangibwa Ssaanduuko Ey'obujulirwa.

Enkula ya weema Ey'okusisinkanirangamu

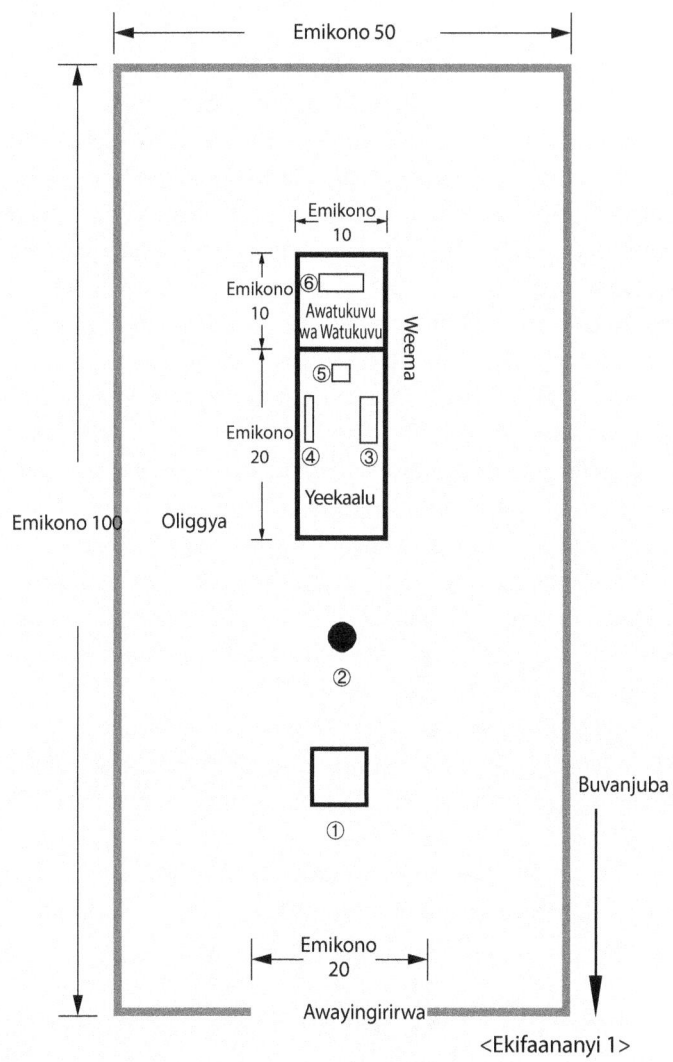

<Ekifaananyi 1>

Obugazi
Oluggya: emikono 100 x 50 x 5
Awayingirirwa: 20 x 5 cubits
Eweema: emikono 30 x 10 x 10
Awatukuvu: emikono 20 x 10 x 10
Awatukuvu wa Watukuvu:
emikono10 x 10 x 10
(* Omukono 1 = nga yinchi 17.7)

Ebikozesebwa
1) Ekyoto okwokebwa ekiweebwayo
2) Omunaabirwa
3) Emmeeza eraga emigaati mu maaso Ge bulijjo
4) Ekikondo ekya zaabu omulungi
5) Ekyoto ekyokwoterezangako
6) Sanduuko Y'amateeka

Katukifunza bwe tuti. Okusooka, munda wa Watukuvu wa Watukuvu we waali ekifo ekirongoofu ennyo Katonda we yatuulanga nga we wali ne Ssanduuko Ey'obujulirwa, nga waggulu we wali emmeeza ey'ekisa, era nga nayo eri mu kifo kino. Omulundi gumu mu mwaka ku lunaku olw'okwezza obuggya, nga kabona omukulu ayingira Awatukuvu wa Watukuvu n'amansa omusaayi ku ntebe ey'ekisa ku lw'abantu bonna olw'okutangiria. Buli kimu mu Watukuvu wa Watukuvu nga kyawundibwa ne zzaabu. Munda mu Ssanduuko Ey'obujjulirwa mulimu amayinja abiri nga kuno kwe kwawandiikibwa Amateeka Ekkumi, eccupa ya Maanu, n'omugo gwa Alooni ogwamera.

Mu Weema kabona we yayingiranga okuwaayo ebiweebwayo era nga mu yo, we wali ekyoto okwokerwa obubaane, Ekikondo, n'emmeeza ey'omugaati, byonna nga byakolebwa mu zzaabu.

Eky'okusatu kye ky'okunaabirangamu ekyakolebwa mu kikomo. Nga mu kyo bakabona mwe banaabira emikono n'engalo nga tabannayingira yeekaalu oba kabona omukulu okuyingira Awatukuvu wa Watukuvu.

Eky'okuna, ekyoto okwokebwa ekiweebwayo ekyokebwa kyakolebwa na kikomo era nga kigumu nnyo obutayonoonebwa muliro. Omuliro ku kyoto "gwafulumanga okuva eri MUKAMA mu maaso Ge" weema bwe yaggwa (Ebyabaleevi 9:24). Katonda n'alagira nti omuliro mu kyoto teguzikiranga, wadde okuzikizibwa, era buli lunaku endiga bbiri ez'omwaka ogumu zaaweebwangayo ku kyoto ekyo (Okuva 29:38-43; Ebyabaleevi 6:12-13).

5. Amakulu Ag'omwoyo Ag'okuwaayo Ente n'Endiga

Mu Eby'abaleevi 1:2, Katonda agamba Musa nti, "Yogera n'abaana ba Isiraeri obagambe nti, 'Omuntu yenna ku mmwe

Ekifaananyi

<Ekifaananyi 2>

Weema Ey'okusisinkanirangamu Bwerabika ewala

Mu luggya we wali ekyoto ekyokwekerangako ekiweebwayo ekyokebwa (Okuva 30:28), Ekinaabirwamu (Okuva 30:18), ne Weema (Okuva 26:1, 36:8); era ebitimbiddwa mu luggya birangiddwa bulungi. Ku Weema kuliko awayingirirwa wamu wokka ku ludda olw'ebuvanjuba (Okuva 27:13-16), era nga kabonero akategeeza nti Yesu Kristo, ly'ekkubo lyokka ery'obulokozi.

Ekifaananyi

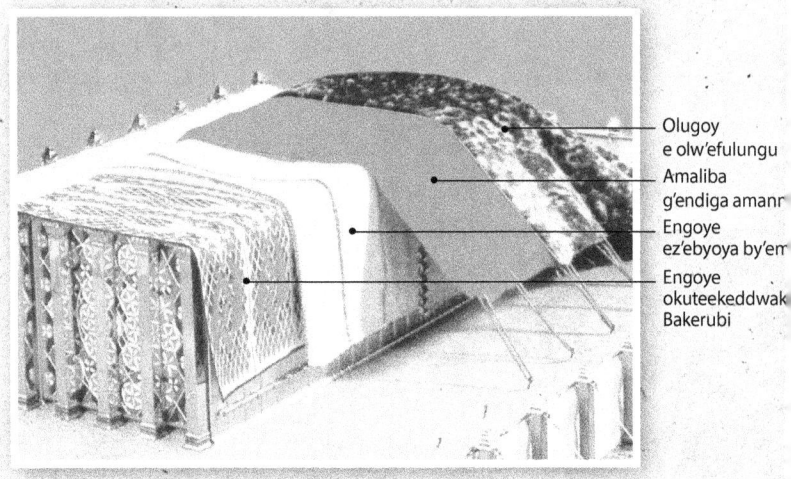

<Ekifaananyi 3>

Ebyabikanga Weema

Emitanda ena egy'engoye ezibikiddwa ku Weema.
Ku lukugiro lw'emitanda okuli bakerubi; Waggulu waazo we wali emitanda egy'ebyoya by'embuzi; Wagulu waagyo we wali egy'ebyoya by'endiga ebinnyike; ate waggulu ddala we wali emitanda egy'efulungu. Engoye mu Kifaananyi 3 ziragibwa buli mutanda gusobole okulabibwa. Engoye zonna bwe zigibwawo, ebirabika bye byawanikibwa mu Yeekaalu mu maaso ga Yeekaalu, n'emabega waayo, ekyoto okwotereza obubane, n'ebyawanikibwa ebya Awatukuvu.

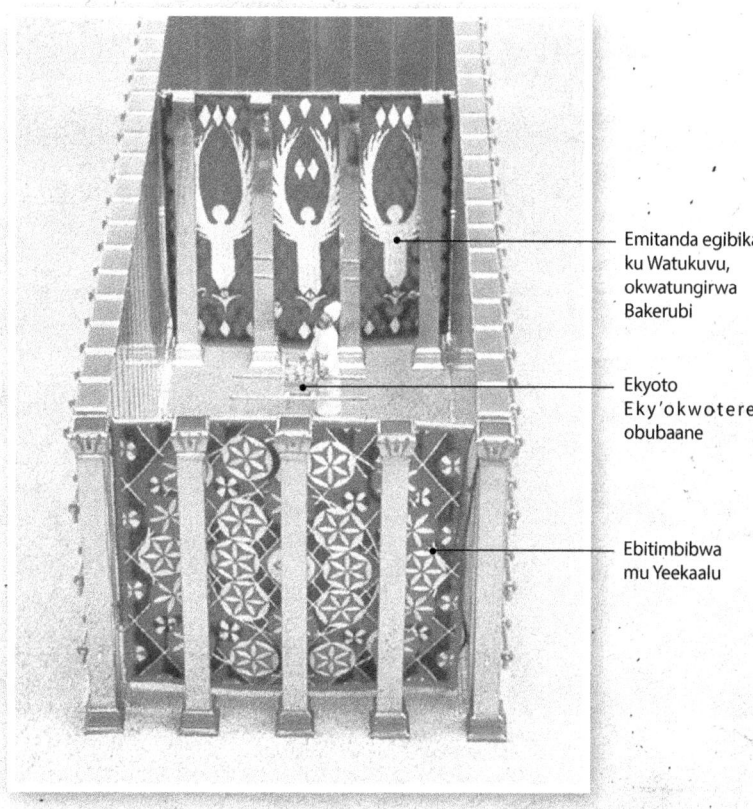

Emitanda egibika ku Watukuvu, okwatungirwa Bakerubi

Ekyoto Eky'okwotereza obubaane

Ebitimbibwa mu Yeekaalu

<Ekifaananyi 4>

Yeekaalu nga bwerabika nga Emitanda Gy'engoye Gibikuddwa

Mu maaso we wali engoye ezibise ku Yeekaalu, era ng'ekiri emabega waazo kirabika awali ekyoto ekyokwotezangako, N'engoye ku Watukuvu wa Watukuvu.

Ekifaananyi

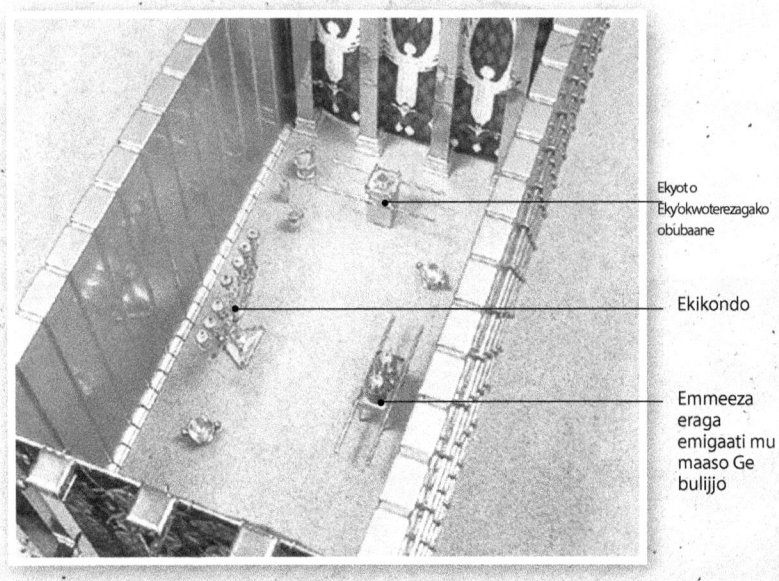

<Ekifaananyi 5>

Munda wa Weema

Wakati wa Weema waliwo ekikondo ekyakolebwa mu zaabu omulungi ennyo (Okuva 25:31), Emeeza eraga emigaati mu maaso Ge bulijjo (Okuva 25:30), era kumpi n'olukugiro kye kyoto ekyokwoterezangako (Okuva 30:27).

Ekyoto Eky'okwoterezangako obubaane

Emmeeza eraga emigaati mu maaso Ge bulijjo

Ekikondo

Ekifaananyi

<Ekifaananyi 9>

Munda wa Watukuvu wa Watukuvu

Ku kisenge eky'emabega ekya Yeekaalu kyagibwawo okuganya okulengera munda wa Watukuvu wa Watukuvu. Ebirabika ye Ssanduuko y'Obujulirwa, entebe ey'okusaasira, N'engoye eza Awatukuvu wa Watukuvu ng'onaatera okutuukira ddala emabega. Omulundi gumu mu buli mwaka, Kabona omukulu ng'ayambadde ebyeru yenna ayingira Awatukuvu wa Watukuvu n'amansira omusaayi gw'ekiweebwayo ku lw'ekibi.

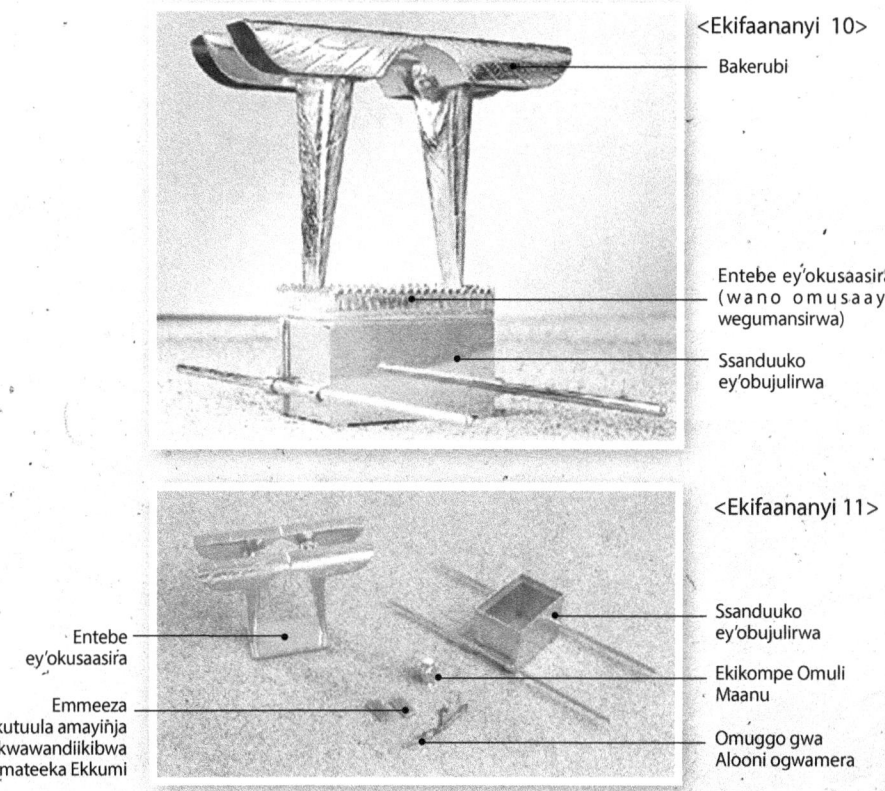

<Ekifaananyi 10>
- Bakerubi
- Entebe ey'okusaasira (wano omusaayi wegumansirwa)
- Ssanduuko ey'obujulirwa

<Ekifaananyi 11>
- Entebe ey'okusaasira
- Emmeeza okutuula amayinja okwawandiikibwa Amateeka Ekkumi
- Ssanduuko ey'obujulirwa
- Ekikompe Omuli Maanu
- Omuggo gwa Alooni ogwamera

Essanduuko Ey'obujulirwa ne Entebe Ey'okusaasira

Munda wa Watukuvu wa Watukuvu we wali essanduuko y'obujulirwa eyakolebwa mu zaabu yekka, era waggulu wa sanduuko we wali entebe ey'okusaasira. Entebe ey'okusaasira kitegeeza ebyo ebibisse ku Ssanduuko Ey'obujjulirwa (Okuva 25:17-22), era awo we wamansirwa omusaayi omulundu gumu mu mwaka. Ku nsonda ebbiri ez'entebe ey'okusaasira eriyo Bakerubi ng'ebiwawaatiro byabwe bibikka ku ntebe ey'okusaasira (Okuva 25:18-20). Munda mu Ssanduuko y'obujulirwa mwe muli amayinja okwawandiikibwa Amateeka Ekkumi ; ekikompe omuli maanu; n'omugo gwa Alooni ogwamera.

Ekifaananyi

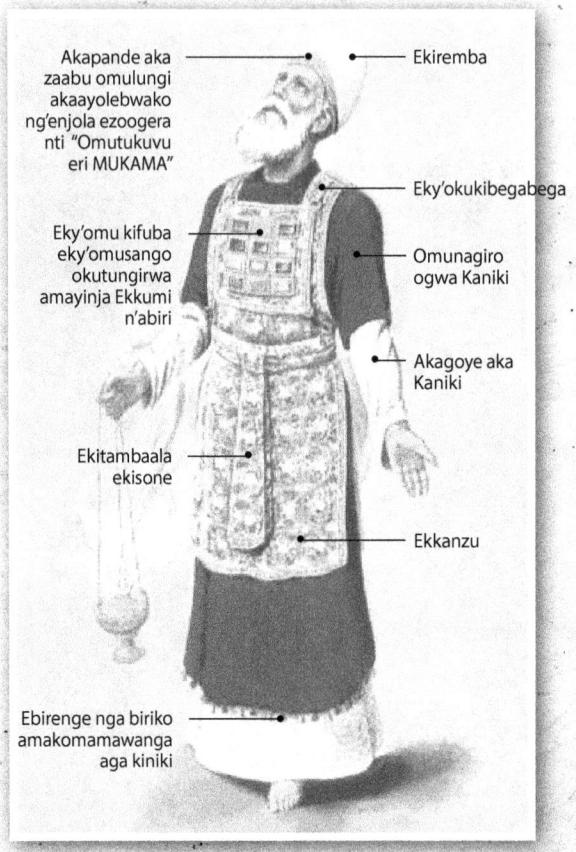

<Ekifaananyi 12>

Ebyambalo bya Kabona Omukulu

Kabona omukulu ye yaweebwanga obuvunaanyizibwa bw'okulabirira Weema nga yakulemberamu okusaba okw'okuwaayo ssaddaaka, era nga buli mulundi gumu mu mwaka ayingira Awatukuvu wa Watukuvu okuwaayo ssaddaaka eri Katonda. Omuntu yenna eyaddanga mu kifo kya kabona omukulu yalinganga okubeera ne Ulimu wamu ne Suminu. Ebibiri bino, byakozesebwanga okunoonya okwagala kwa Katonda, era nga byateekebwanga ku ky'omukifuba waggulu ku kanzu kabona gyayambala. "Ulimu" ng'etegeeza omusana ne "Suminu," okutegeeza okutuukirira.

bwawangayo ekitone eri MUKAMA, munaakiwangayo okukiggya ku nsolo, ku nte ne ku mbuzi.'" Mu kusaba, Abaana ba Katonda bawaayo ebiweebwayo eby'enjawulo Gyali. Okwongereza ku kimu ekyekkumi, waliwo ebiweebwayo nga okwebaza, okuzimba, n'ebiweebwaoyo ku lw'okudduukirira abalala. So nga Katonda alagira nti omuntu bw'aba wakumuwa kiweebwayo, ekiweebwayo kirina kubeera kya "nsolo, ente oba embuzi." Naye nga ekyawandiikibwa kino kirina amakulu ag'omwoyo, tetulina kukitgeera mu makulu ag'okungulu nga bwe kiwandiikiddwa, wabula tulina okusooka okutegeera amakulu gaakyo ag'omwoyo olwo tukole nga okwagala kwa Katonda bwe kuli.

Makulu ki ag'omwoyo agali mu kuwaayo ebisolo, ente oba embuzi? Kitegeeza nti tulina okusinza Katonda mu mwoyo n'amazima n'okuwangayo emibiri gyaffe, ssaddaaka ennamu era entukuvu. Kwe "kuweereza kwaffe okw'amagezi" (Abaruumi 12:1). Bulijjo tulina okubeera obulindaala mu kusaba era tweyise mu ngeri enoongoofu mu maaso ga Katonda si mu kusaba ku kanisa kwokka, wabula ne mu bulamu bwaffe obwa bulijjo. Olwo nno okusinza kwaffe n'ebiweebwayo byaffe byonna bijja kuweebwa eri Katonda nga ssaddaaka ennamu era entukuvu nga ekyo Katonda kyajja okutwala nga okuweereza kwaffe okw'omwoyo okw'okusinza.

Lwaki Katonda yalagira abantu ba Isiraeri okuwangayo ente oba endiga mu bisolo ebirala byonna? Ente n'endiga, mu nsolo endala zonna, bye bisinga okugyayo ekifaananyi kya Yesu, oyo eyafuuka ekiweebwayo eky'emirembe ku lw'okulokola abantu. Katwongera okwekenneenya okufaanagana wakati 'w'ente' ne Yesu.

1) Ente zisitula emigugu gy'abantu.

Nga Ente ennume bwe zisitula emigugu gy'abantu, Yesu asitudde emigugu gyaffe egy'ebibi. Mu Matayo 11:28 Atugamba nti, "Mujje Gyendi, mmwe mwenna abakooye era abazitoowereddwa, nange nnaabawummuza." Abantu bafuba era ne balwana nnyo okulaba nga bafuna obugagga, ekitiibwa, amagezi, etutumu, obuyinza n'amaanyi na buli kintu ekirala kyonna kye beegomba. Ku migugu emingi gye beetisse ate ne bongerako n'omugugu ogw'ebibi bwe batyo ne batambulira mu bulamu obw'okusoomoozebwa, okubonaabona, n'okulumwa.

Yesu yeetikka emigugu gy'obulamu ng'afuuka ssaddaaka, n'ayiwa omusaayi gw'okutangirira, era n'akomererwa ku musaalaba ogw'embaawo. Olw'okukkiriza mu Mukama, omuntu asobola okwetikula emitawaana gye gyonna n'emigugu egy'ebibi era ne yeeyagalira mu mirembe n'okuwummula.

2) Ente tezireetera bantu mitawaana; ate abantu be baziganyulwamu

Ente ennume tezikoma kukugondera bantu kuzikozesa kyokka, wabula zibawa n'amata, ennyama, n'amaliba. Okuva ku mutwe okutuuka ku kigere, tewali kitundu kisuulibwa. Mu ngeri y'emu Yesu yeyaganyula abantu. Ng'abunya enjiri ey'omu Ggulu eri abaavu, abalwadde, n'abo abalekeddwawo, Yababudaabudanga n'okubawa essuubi, n'abaggya ku njegere z'omubi, era n'awonya n'endwadde n'obunafu. Wadde yalemererwanga okulya oba okunywa, Yesu yafuba nga bwasobola okusomesa abantu Ekigambo kya Katonda waakiri okutaasa omwoyo ne bwe guba gumu. Okuwaayo obulamu Bwe n'okukomerebwa, Yesu yaggulawo ekkubo ery'obulokozi eri ab'onoonyi abaali balina okugenda mu Ggeyeena.

3) Ente Ziwa Abantu Ebiriisa N'ennyama yaazo.

Yesu y'awa abantu Ennyama Ye n'omusaayi Ggwe omuntu asobole okubigyamu eky'okulya. Mu Yokaana 6:53-54 Atugamba nti, "Bwe mutalya mubiri gwa Mwana wa muntu ne munywa omusaayi Gwe, temulina bulamu mu mmwe. Alya omubiri Gwange, era n'anywa omusaayi gwange alina obulamu obutaggwaawo; nange ndimuzuukiriza ku lunaku olw'enkomerero." Yesu kye Kigambo kya Katonda eky'ajja eri ensi eno mu mubiri. N'olwekyo, okulya omubiri gwa Yesu n'okunywa omusaayi Gwe kwe kufuula ekigambo kya Katonda emmere, n'okukitambuliramu. Nga omuntu bw'asobola okusigala nga mulamu olw'okulya n'okunywa, tusobola okufuna obulamu obutaggwaawo n'okuyingira Eggulu singa Ekigambo kya Katonda tukifuula emmere.

4) Ente zirima n'okusambula era n'ezifuula ettaka egimu.

Yesu ateekateeka emitima gy'abantu-ennimiro. Mu Matayo 13 tulaba olugero olugeraageranya omutima gw'omuntu ku bika by'ettaka ebina: ennimiro ey'okukkubo; ennimiro erina ettaka ery'okulwazi; ennimiro eri mu maggwa; ne nimiro erina ettaka eddungi. Olw'okuba Yesu yatulokola mu bibi byaffe byonna, Omwoyo Omutukuvu ataddewo ekifo eky'okubeeramu mu mitima gyaffe era n'atuwa amaanyi. Emitima gyaffe gisobola okukyusibwa n'egifuuka ennimiro e'yettaka eddungi nga tuyambibwako Omwoyo Omutukuvu. Bwe tukkiririza mu musaayi gwa Yesu, oyo eyaganya ffe okusonyiyibwa ebibi, era ne tunnyiikira okugondera amazima, emitima gyaffe gijja okufuuka egy'enimiro ey'ettaka eddungi, era eggimu, era tujja kusobola okufuna emisikisa mu mwoyo ne mu mubiri nga tukungula omulala ebitundu 30, omulala 60, n'omulala emirundi 100 okusinziira ku kye tusize.

Ekiddako, Biki ebifaanagana ku Ndiga ne Yesu?

1) Endiga Nzikakkamu.

Bwe twogera ku bukakkamu oba abantu abawoombeefu, tutera okubageraageranya ku buwoombeefu bw'endiga. Yesu yasingayo mu bantu bonna. Ku Yesu, Isaaya 42:3 wasoma nti, "Kubanga olumuli olubetentefu talirumenya so n'enfunzi ezinyooka talizizikiza." Ne bwe kyatuukanga ku b'onoonyi n'abo abakozi b'ebibi oba ne bwe kyatuukanga ku abo ab'enenya kyokka ne baddamu okwonoona, Yesu ng'abeera mugumiikiriza okutuuka ku nkomerero, ng'abalinda okukyuka. Wadde Yesu ye Mwana wa Katonda Omutonzi era ng'alina obuyinza okuzikiriza abantu, Yasigala nga mugumiikiriza gye tuli era n'atulaga okwagala Kwe n'eri Ab'onoonyi bwe baali bamukomerera.

2) Endiga Nzikakkamu.

Endiga egoberera bugoberezi mu bugonvu buli yonna omulunzi waayo gyagitwala era esirika busirisi ne bwe babeera bagisalako ebyoya. Nga 2 Abakkolinso 1:19 bwe wasoma nti, "Kubanga omwana wa Katonda, Kristo Yesu, ffe gwe twabuulira mu mmwe, nze ne Sirwano ne Timoseewo—teyali nti weewaawo ate nti si weewaawo, naye mu ye mwe muli weewaawo," Yesu teyakalambira ku kwagala Kwe wabula yagondera Katonda okutuuka ku kufa Kwe. Mu bulamu Bwe bwonna, Yesu yagenda mu bifo nga Katonda yasazeewo, era yakolanga ebyo byokka Katonda bye yayagala akole. Ku nkomerero, wadde yali amanyi bulungi obulumi obwali bumulindiridde obw'omusaalaba, Yaguma mu buwoombeefu okusobola okutuukiriza okwagala kwa Katonda.

3) Endiga Ebeera nnyonjo.

Wano endiga gye boogerako, y'eyo ennume nga ya mwaka gumu nga tennalinnyira ndiga yonna (Okuva 12:5). Endiga ey'omwaka ogumu oyinza kugigeraageranya n'omuntu eyeegombebwa era omulongoofu mu myaka gye egy'ekivubuka – oba Yesu ataaliko bbala wadde olufunyiro. Endiga n'azo bazifunako ebyoya, ennyama, n'amata; tezikosa muntu wabula okumuganyula obuganyuzi. Nga bwe kyayogeddwako edda, Yesu yawaayo omubiri Gwe n'omusaayi Gwe, ne yeewaayo ku lwaffe yenna. Mu bugonvu obusingirayo ddala eri Katonda Kitaffe, Yesu yatuukiriza okwagala kwa Katonda era n'amenyawo ekisenge ky'ebibi wakati w'abantu ne Katonda. N'olwaleero, Akyateekateeka emitima gyaffe gisobole okufuuka ettaka eddungi era ettukuvu.

Nga omuntu bwe yanunulwa mu bibi okuyita mu nte ne ndiga mu biseera by'Endagaano Enkadde, Yesu yeewaayo nga ssaaddaaka ku musaalaba era n'atuukiriza okununula okw'olubeerera okuyita mu musaayi Gwe (Abebbulaniya 9:12). Bwe tukkiririza mu mazima gano, tulina okutegeera obulungi engeri Yesu gye yafuukamu ssaddaaka eyo ekkirizibwa Katonda tubeere nga twebaza bulijjo, olw'okwagala n'ekisa ekya Yesu Kristo, era tulabire ku bulamu Bwe.

Essuula 3

Ekiweebwayo Ekyokebwa

"Kabona anaayokeranga byonna ku kyoto, okuba ekiweebwayo ekyokebwa ekiweebwayo ekikolebwa n'omuliro eky'evvumbe eddungi eri MUKAMA."

Ebyabaleevi 1:9

1. Obukulu Obwekiweebwayo Ekyokebwa

Ekiweebwayo ekyokebwa, nga kye kiweebwayo ekyasooka okuwandiikibwa mu By'abaleevi, kye kiweebwayo ekisinga obukulu mu biweebwayo byonna. Amakulu g'ekigambo "Ekiweebwayo ekyokebwa" agasookera ddala gaali nti "okukiganya okwambuka." Ekiweebwayo ekyokebwa ye ssaddaaka eteekebwa ku kyoto era yonna n'eyokebwa omuliro okuggwaawo. Eyimirirawo okutegeeza ssaddaaka y'omuntu mu bulamba bwayo, okwewaayo kwe, ebyo byakola nga tasasulwa. Okusanyusa Katonda n'evvumbe eddungi eriva mu kwokya ekisolo ekiweereddwayo nga ssaddaaka, ekiweebwayo ekyokebwa yengeri esinga okulabikalabika mu kuwaayo ssaddaaka era nga kikola nga akabonero nti Yesu yeetika ebibi byaffe ne yeewaayo ku lwaffe okubeera ekirabo era ssaddaaka eri Katonda okubeera evvumbe eriwunya obulungi (Abaefeso 5:2).

Okusanyusa Katonda n'evvumbe eddungi tekitegeeza nti Katonda awunyiriza evvumbe eriva mu kisolo ekiweereddwayo. Kitegeeza Akkiriza era n'asanyukira akawoowo ak'omutima gw'omuntu amuwadde ekiweebwayo. Katonda akebera kyenkana ki omuntu kyamutyamu na kwagala kwa kika ki omuntu kwaweereddeyo ekiweebwayo eri Katonda. Bwatyo abeera asanyukira n'okufuna okwewaayo n'okwagala kw'omuntu oyo.

Okubaaga ekisolo okusobola okukiwaayo eri Katonda ng'ekiweebwayo ekyokebwa kabonero akalaga okuwaayo eri Katonda obulamu bwaffe bwe nnyini n'okugondera ebyo byonna bye yatulagira. Kwe kugamba, amakulu ag'omwoyo ag'ekiweebwayo ekyokebwa kwe kutambulira mu bujjuvu mu kigambo kya Katonda n'okwewaayo Gyali mu ngeri yonna ey'obulamu bwaffe mu ngeri ennyonjo era entukuvu.

Mu makulu aga leero, yengeri omutima gwaffe gye gulaga okumalirira mu kusuubiza okuwaayo obulamu bwaffe eri Katonda okusinziira ku Kwagala Kwe nga tugenda mu kusaba ku mazuukira, mu kijjulo eky'amakungula, okwebaza, ku mazaalibwa, na buli lwa sande lwonna. Nga tusinza Katonda buli lwa Sande n'okukuuma olunaku olwa Sande nga lutukuvu, kikola ng'obujjulizi nti tuli baana ba Katonda nti era emyoyo gyaffe gigye.

1. Ssaddaaka Ey'ekiweebwayo Ekyokebwa

Katonda yalagira nti ssaddaaka eweebwayo nga ekiweebwayo ekyokebwa erina kubeera "nsajja etaliiko bulemu bwonna," nga kino kitegeeza kutuukirira. Ayagala nsajja kubanga kirowoozebwa nti ebitonde ebisajja byesigwa eri ennono zaabyo okusinga ku bitonde ebikazi. Tebitera kubeera n'aganaaga, okuyuugayuuga, oba okubeera ebikalabakalaba, era tebitera kuva ku mulamwa. Era, olw'okuba Katonda ayagala ekiweebwayo 'ekitaliiko bulemu' kiyimirirawo okutegeeza nti omuntu alina okumusinza mu mwoyo n'amazima, era nti talina kumusinza n'emmeeme eweddemu amaanyi.

Bwe tuba tuwa bazadde baffe ebirabo, bajja kubisanyukira singa tubibawa n'okwagala saako okufaayo. Bwe tumala gawaayo, bazadde baffe tebajja kubitwala na ssanyu. Mu ngeri y'emu, Katonda tajja kukkiriza kusinza okumuweebwa awatali ssanyu oba wakati mu bukoowu, mu kusumagira, oba mu birowoozo ebirala. Ajja kusanyukira okusinza kwaffe singa ku ntobo y'emitima gyaffe kubeera kujjudde essuubi ery'Eggulu, n'okusiima ekisa ky'obulokozi n'okwagala kwa Mukama Waffe. Olwo lwokka Katonda lwasobola okutulaga ekkubo we tuyinza okuyitira singa tubeera mu bikemo n'okubonaabona, era n'aganya amakubo gaffe gonna okutugendera obulungi.

"Ennume ento" Katonda gye yalagira okuba nga yeeweebwayo mu Eby'abaleevi 1:5 ebeera terinnyiranga nkazi yonna, era nga kino mu mwoyo kitegeeza obulongoofu n'amazima ga Yesu Kristo.

N'olwekyo, ekisituliddwa mu lunyiriri luno kwe kuyaayaana kwa Katonda okuba nga tujja mu maaso Ge n'omutima ogw'amazima era omulongooofu ogw'omwana omuto. Tayagala tweyise ng'abaana bato oba mu ngeri ey'ekito naye ayaayaana tubeere n'omutima nga ogw'omwana omuto oyo omwangu, omugonvu, era omuwulize.

Amayembe g'ente eno ku mwaka ogumu gabeera tegannakula kale ebeera tetomera era tebeera na bubi bwonna. Embala eno ye ya Yesu Kristo omukakkamu, omuwoombeefu, omuwulize nga omwana omuto. Nga Yesu Kristo bwataliiko bbala wadde olufunyiro era Omwana wa Katonda atuukiridde, ekiweebwayo kye bamufaananya nakyo kirina okuba nga tekiriiko bbala wadde olufunyiro.

Mu Malaki 1:6-8 Katonda yanenya abaana ba Isiraeri abaali bamuwa ssaddaaka eyonoonese era etatuukiridde:

"Omwana assaamu ekitiibwa kitaawe, n'omuddu mukama we. Kale oba nga ndi kitammwe, ekitiibwa kyange kiri ludda wa? Era oba nga ndi mukama wammwe, okutiibwa kwange kuli ludda wa?" MUKAMA W'eggye bw'agamba mmwe, Ai bakabona abanyooma erinnya Lyange. Era mwogera nti, "Twali tunyoomye tutya erinnya Lyo?" "Muweerayo ku kyoto Kyange omugaati ogwonoonese. Era mwogera nti, 'Twakwonoona tutya?' Kubanga mwogera nti, 'Emmeeza ya MUKAMA teriimu ka buntu.' Era bwe muwaayo enzibe y'amaaso okuba ssaddaaka, nga si bubi! era bwe muwaayo ewenyera n'endwadde, nga si bubi? Kale nno gitonere oyo akutwala, anaakusanyukira? oba anakkiriza amaaso go?" bwayogera MUKAMA w'eggye.

Tulina okuwaayo eri Katonda ssaddaaka etuukiridde, etaliiko bbala nga tumusinza mu mwoyo n'amazima.

3. Obukulu obuli mu Biweebwayo Eby'ebika Ebyenjawulo

Oyo Katonda omwenkanya era omusaasizi atunuulira mutima gwa muntu. N'olwekyo, tafa ku bunene, muwendo, oba ebbeeyi eyekiweebwayo naye afa ku kukkiriza omuntu kwaweesezzaayo okusinziira ku mbeera gyalimu. Nga bwatugamba mu 2 Bakkolinso 9:7, "Buli muntu akolenga nga bwamaliridde mu mutima ggwe, si lwa nnaku, newakubadde olw'okuwalirizibwa, kubanga Katonda, ayagala oyo agaba n'essanyu," Katonda asanyukira abo abawaayo mu ssanyu okusinziira ku mbeera yaffe.

Mu Eby'abaleevi 1, Katonda annyonyola mu bujjuvu lwaki ennume y'ente, endiga, embuzi n'ebinyonyi bye birina okuweebwayo. Era ng'ennume etaliiko bulemu yerina okuweebwayo eri Katonda ng'ekiweebwayo ekyokebwa, abantu abamu tebasobola kufuna nnume. Yensonga lwaki, mu kusaasira n'ekisa Kye, Katonda aganyizza abantu okumuwa, endiga, embuzi, oba ejjuba okusinziira ku muntu embeera gy'abeeramu. Makulu ki ag'omwoyo agali mu kino?

1) Katonda akkiriza ekiweebwayo ekimuweebwa okusinziira ku busobozi bwa buli muntu.

Okuba obulungi mu by'ensimbi kyawukana okusinziira ku bantu ab'enjawulo; Oli zayita entono, ku mulala ziyinza okubeera nga nnyingi. olw'ensonga eno, Katonda asanyukira n'endiga, embuzi, oba obunyonyi abantu bye baawangayo Gyali okusinziira ku busobozi bwa buli muntu. Buno bwe bwenkanya bwa Katonda n'okwagala okuba nti aganyizza buli muntu, mwavu oba mugagga, okwenyigira mu kuwaayo okusinziira ku busobzi bwa buli muntu.

Katonda tajja kusanyukira mbuzi, singa emuweereddwa omuntu

asobola okufuna ente. Wabula wadde guli gutyo, Katonda ajja era amangu ddala ajja kuddamu okuyaayaana kw'omuntu amuwadde ente wadde ng'abadde asobola ndiga. Oba omuntu awaddeyo nte, oba ndiga, mbuzi, oba jjuba, Katonda ebiweebwayo ebyo byonna lyali "evvumbe eddungi" gyali (Ebyabaleevi 1:9, 13, 17). Kino kitegeeza, wadde waliwo enjawulo mu biweereddwayo, bwe tuwaayo eri Katonda okuva ku ntobo y'emitma gyaffe, oyo Katonda atunuulira emitima gy'abantu, tewabeera njawulo byonna bibeera evvumbe eddungi Gyali.

Mu Makko 12:41-44 tulaba Yesu ng'asiima namwandu omwavu engeri gye yali awaddeyo. Eyasuulamu ebitundu bibiri nga ye kodulante, wadde kye yawaayo kye kyali kisinga obutono naye gyali zokka ze yalina. Ekiweebwayo ne bwe kiba kitono kitya, bwe tuwaayo eri Katonda mu busoboozi bwaffe era nga tusanyuse, efuuka ssaddaaka emusanyusa.

2) Katonda Akkiriza okusinza okusinziira ku kutegeera kwa buli muntu.

Bwe tuba nga tuwuliriza ekigambo kya Katonda, okutegeera n'ekisa ekifunibwa byawukana okusinziira ku buli magezi ga muntu, okusoma kwe, n'okutegeera kwe. Ne bwe babeera mu kusaba okwo okumu, abantu abasomye ate nga bageezi, balina obusobozi okubitegeera amangu n'okujjukiranga ekigambo kya Katonda okusinga kw'abo abayinza okuba nga si bageezi era nga tebasomye nnyo. Olw'okuba Katonda bino byonna abimanyi, Ayagala buli muntu asinze n'amagezi ge gonna okuva ku ntobo y'omutima gwe n'engeri gyategeera n'okutambulira mu kigambo kya Katonda.

3) Katonda akkiriza okusinza okusinziira ku myaka gya buli muntu n'obuwawufu bw'obwongo.

Abantu gye bakoma okukula, okutegeera kwabwe n'okufumiitiriza bigenda bikendeera. Eno yensonga lwaki abakadde bangi tebajjukira bulungi oba okutegeera ekigambo kya Katonda. Wabula wadde guli gutyo abantu abo bwe bagenda mu maaso n'okwewaayo okusinza n'omutima gwabwe gwonna, Katonda amanyi embeera buli muntu gyalimu era ajja kusanyukira okusinza kw'omuntu oyo era akukkiriza.

Njagala ojjukire nti omuntu bw'asinza wakati mu kwolesebwa kw'Omwoyo Omutukuvu, Amaanyi ga Katonda gajja kubeera naye wadde nga talina magezi oba okumanya, ne bw'aba mukadde. Olw'omulimu ogw'Omwoyo Omutukuvu, Katonda amuyamba n'ajjukira era Ekigambo kya Katonda n'akifuula emmere. Kale tobivaamu ng'ogamba nti, "nze omukadde nange ebyo n'abisobola!" oba "Ngezezzako naye bigaanyi," naye fuba okulaba nti okola buli ekisoboka mu mutima gwo okunoonya amaanyi ga Katonda. Katonda waffe ajjudde okwagala asanyukira ebiweebwayo ebimuweereddwa ng'omuntu afubye nga bwasobola n'okusinziira ku mbeera y'omuntu gyalimu. Eno yensonga lwaki Yawandiika mu bujjuvu Eby'abaleevi ebigambo ebikwata ku kiweebwayo ekyokebwa bwatyo n'abuulira ku bwenkanya Bwe.

4. Okuwaayo Ente (Ebyabaleevi 1:3-9)

1) **Ente ennume etaliiko bulemu, Anaagiweerangayo ku Mulyango gw'eweema ey'okusisinkanirangamu**

Mu weema mulimu Yeekaalu ne Awatukuvu wa Watukuvu. Kabona yekka yatuuka ku Yeekaalu, so nga kabona omukulu yekka yatuuka Awatukuvu wa Watukuvu ate omulundi gumu gwokka mu mwaka. Eno yensonga lwaki abantu aba bulijjo, abatasobola kuyingira Yeekaalu, ente baagiwaangayo ng'ekiweebwayo ekyokebwa ku mulyango ogwa Weema Ey'okusisinkanirangamu. Wabula, nga Yesu bwe yamenyaamenya ekisenge ky'ebibi ekyali kiyimiridde wakati wa Katonda naffe, kati tusobola n'okussa ekimu obutereevu ne Katonda. Abantu mu biseera eby'omu Ndagaano Enkadde ssaddaaka baaziweerangayo ku mulyango gwa Weema n'ebikolwa byabwe. Wabula, nga Omwoyo Omutukuvu bwafudde omutima gwaffe Yeekaalu Ye, ng'era mwatuula, era ng'alina okussa ekimu naffe olwaleero, ffe abali mu mulembe gw'Endagaano Empya twafuna olukusa okugenda mu maaso ga Katonda n'okutuuka Awatukuvu wa Watukuvu.

2) Okuteeka Engalo ku Mutwe gw'ekiweebwayo ekyokebwa, awo eba ekkiririziddwa okumutangirira

Mu Eby'abaleevi 1:4 n'okweyongerayo tusoma nti, "Era anaateekanga engalo ze ku mutwe gw'ekiweebwayo ekyokebwa, awo eneemukkiririzibwanga okumutangirira. Awo anattiranga ente mu maaso ga MUKAMA." Okuteeka engalo ku mutwe gw'ekiweebwayo ekyokebwa kitegeeza nti omusaayi gw'ekiweebwayo gunaamubalirwanga omuntu oyo ng'ayiye omusaayi ku lw'ebibi bye, era bwe ky'okebwa Katonda lwasobola okusonyiwa omuntu oyo ebibi olw'omusaayi ogw'ekiweebwayo ekyo ekyokebwa oguyiise.

Okuteeka engalo ku kiweebwayo, ng'ogyeeko okulaga nti ekiweebwayo ekyo kye kikoze ng'ebibi by'omuntu akireese, era kitegeeza emikisa n'okwawulibwa. Tukimanyi nti Yesu Yateekanga emikono ku muntu bwe yabanga amuwa omukisa oba ng'awonya abantu endwadde n'obunafu. Abatume bwe bassangako abantu emikono kyalinga kya kubateekamu Omwoyo Omutukuvu n'ebirabo nga byeyongera mu bo. Era okuteekako emikono kiraga nti ateereddwako emikono aweereddwayo eri Katonda. Omuweereza bwateeka emikono ku biweebwayo eri Katonda kabonero akalaga nti biweereddwayo eri Katonda.

Mu kugaba omukisa ku nkomerero ya saviisi oba mu kumaliriza okusaba oba olukung'ana lw'okusaba n'essaala ya Mukama waffe ekigendererwa kyabyo ye Katonda okuba nga akkiriza okusaba okwo oba enkung'ana ez'ekika ekyo. Mu Eby'abaleevi 9:22-24 tulaba kabona omukulu Alooni nga "ayimusa emikono gye eri abantu, n'abasabira omukisa," oluvannyuma lw'okuwaayo eri Katonda ekiweebwayo eky'okebwa n'ekiweebwayo olw'okwonoona nga Katonda bwe yali alagidde. Oluvannyuma lw'okukuuma olunaku lwa Mukama nga lutukuvu era ne tumaliriza okusaba n'okuweebwa omukisa, Katonda atukuuma tuwone omulabe setaani saako okutuwonya okukemebwa n'okubonaabona era n'atuganya okutambulira mu mikisa egikulukuta.

Kitegeeza ki omuntu okuwaayo ente ennume etaliiko bulemu bwonna ng'ekiweebwayo ekyokebwa? Nga empeera y'ekibi bwe kuli okufa, omuntu yawangayo ebisolo okuttibwa ku lulwe. Ente ennume etaliiko bulemu bwonna era nga terinnyiranga nte nkazi yonna, ebeera ng'omwana omuto ataliiko musango gwonna. Katonda yayagala buli muntu okuwaayo ekiweebwayo ekyokebwa okukiwaayo n'omutima ogulinga ogw'omwana omuto n'obutaddamu kwonoona. Olw'ensonga eyo, ng'ayagala buli muntu yeenenye ebibi bye n'okumalirira obutakiddamu mu mutima gwe.

Omutume Pawulo kino yakimanya bulungi nnyo Katonda kye yali ayagala, ye nsonga lwaki ne bwe yamala okufuna okusonyiyibwa ebibi bye era n'aweebwa obuyinza n'amaanyi ng'omwana wa Katonda, yasigala "afa bulijjo." Yayatula mu 1 Bakkolinso 15:31, "Nfa bulijjo, ndayidde okwenyumiriza okwo ku lwammwe, kwe ndi nakwo mu Kristo Yesu Mukama waffe," nga engeri yokka gye tusobola okuwaayo omubiri gwaffe nga ssaddaaka ennamu era entukuvu eri Katonda tulina kumala kweggyako ebyo byonna ebiwakanya Katonda, gamba nga omutima ogutaliimu mazima, okwemanya, okweyagaliza, okugendera ku ndowooza zaffe nga tulowooza nti ze ntuufu, na buli kimu kyonna ekibi.

3) Kabona Anaamansiranga Omusaayi ku Kyoto kya Mukama

Oluvannyuma lw'okusala ente, era ng'omusaayi gumubaliddwa, ng'ayiye omusaayi olw'ebibi bye oyo aleese ekiweebwayo kye, kabona olwo nno addira omusaayi ogwo, n'agumansira okwetooloola ekyoto ku mulyango gwa Weema ey'okusisinkanirangamu. Kino kiri bwe kityo lwakuba, nga bwe tusoma mu eby'abaleevi 17:11, "Kubanga obulamu bw'ennyama buba mu musaayi, era ngubawadde ku kyoto okutangiriranga obulamu bwammwe, kubanga omusaayi gwe gutangirira olw'obulamu," Omusaayi kabonero akalaga obulamu. Olw'ensonga y'emu eyo, Yesu yayiwa omusaayi Gwe okusobola okutununula ffe mu kibi.

"Okwetooloola ekyoto" kabonero akalaga ebuvanjuba, ebugwanjuba, mu mambuka, ne mu maserengeta, oba, kwe kugamba nti, 'buli yonna omuntu gyatambulira.' Okumansira omusaayi "okwetooloola ekyoto" kitegeeza nti ebibi by'omuntu oyo, yonna gyannatambulira. Kitegeeza nti tujja kufuna okusonyiyibwa olw'ebibi bye tukoze mu ngeri yonna era tufune okulung'amizibwa ku ngeri Katonda gyayagala tube nga tutambula, okuva mu kkubo lye tulina okwewala.

Kye kimu n'olwaleero. Ekyoto kye kituuti ekigambo kya Katonda kwe kibuulirirwa, omuweereza wa Mukama akulemberamu okusaba yakola omulimu gwa kabona oyo amansira omusaayi. Mu kusaba, tuwulira ekigambo kya Katonda era olw'okukkiriza n'okuddizibwamu amaanyi omusaayi gwa Mukama Waffe, tufuna okusonyiyibwa eri ebyo byonna bye tukoze ebyo ebikontana n'okwagala kwa Katonda. Kasita tusonyiwa ebibi olw'omusaayi, tusobola okugenda ne tukolera eyo Katonda gyayagala tugende ffe okusobola okwewala okwonoona.

4) Okubaaga Ekiweebwayo Eky'okebwa N'okukisalamu Ebitundu Byakyo

Ekisolo ekiweebwayo nga ekiweebwayo ekyokebwa kirina okusooka okubaagibwa olwo ne kiteekebwa ku muliro ogukyokya kyonna. Amaliba g'ensolo gabeera magumu, nga kizibu okugookya okugamalawo, era bwe gookyebwa gabeera gawunya bubi. N'olwekyo, ekisolo okusobola okuvaamu evvumbe eddungi, yasookanga kubaagibwa. Mu kusaba okwa leero, kino kiyinza kugeraageranyizibwa ku ki? Katonda awunyiriza evvumbe ly'omuntu oyo amusinza kyokka takkiriza kintu kyonna kitawunya bulungi. Okusinza okusobola okubeera evvumbe eddungi eri Katonda, tulina "okweggyako enfaanana yaffe eyayonoonebwa ensi ne tujja mu maaso ga Katonda mu ngeri y'obwakatonda era entukuvu." Mu bulamu bwaffe bwonna tutera okusisinkana embeera z'obulamu nga teziyinza kuyitibwa kwonoona mu maaso ga Katonda naye ng'ate si ziriimu Katonda era nga si ntukuvu. endabika eyo ey'ensi eyatulimu nga obulamu bwaffe tebunnabeera mu Kristo zisobola okubeera nga zikyatulimu, era awo okwonoona, okweyagaliza ennyo, okwewaana bisobola okuvaayo.

Eky'okulabirako, abantu abamu bannyumirwa nnyo okutambulatambula mu maduuka nga bwe batunuulira ebintu ebitundibwa basobole okuddayo lwe bafunye sente okubeera nga bagula kino na kiri. Abalala bagala nnyo Ttivvi ne firimu. Emitima gyaffe bwe gitwalibwa ebintu eby'ekika ekyo, tuva ku kwagala kwa Katonda. Era, bwe twekebera, tujja kusobola okwezuulamu endabika etali y'amazima ereetebwa eby'ensi, n'endabika y'ensi, ebitatuukiridde mu maaso ga Katonda. Okusobola okutuukirira mu maaso ga Katonda, tulina okweggyako bino byonna. Bwe tujja okusinza mu maaso Ge, tulina okusooka okwenenya embeera ezo zo nna ez'ensi mu bulamu bwaffe era emitima gyaffe girina okwongera okufuuka egyo egya Katonda n'okwengera okuba emitukuvu. Okwenenya ebibi byonna, endabika y'ensi ku ffe etali nnyonjo mu maaso ga Katonda era etali ntukuvu nga tetunnayingira mu saviisi kyefaanaanyiriza n'okubaaga ekiweebwayo ekyokebwa. Okusobola okukola kino, tulina okutegeka emitima gyaffe okuba emitereevu nga tujja mu kusaba nga bukyali. Olina okuba ng'okimanyi nti olina okwebaza Katonda olw'okuba yakusonyiwa ebibi byo n'okukuuma, era osabire okusonyibwa nga bwe weekebera

Omuntu bwe yawangayo eri Katonda ekisolo ekibaagiddwa, ne kisaalibwamu ebifi, n'ekiteekebwa ku muliro, Katonda nga naye bwatyo awa omuntu oyo ekisonyiwo eky'obujeemu n'ebibi, era n'aganya kabona okukozesa amaliba ago nga bwe yalaba kisaanidde. "Okusalamu ebifi" kitegeeza okwawula omutwe gw'ensolo n'amagulu, n'amasavu, ku byenda.

Bwe tuba tuwa abantu abatusingako ekibala nga wota meloni oba appo, tetubibawa mu bulamba bwabyo; wabula tubisalasalamu mu ngeri erabika obulungi. Mu ngeri y'emu, mu kuwaayo ebiweebwayo eri Katonda, tetwokya kiweebwayo mu bulamba bwakyo wabula tukiwaayo eri Mukama mu ngeri erabika obulungi.

Makulu ki ag'omwoyo agali mu "kusalasalamu ebifi" eby'ekiweebwayo?

Okusooka, okusinza okuweebwayo eri Katonda kulimu ebika era kuteekebwa mu mitendera gya njawulo. Waliwo okusaba kwa Sande emisana ne wabaawo okusaba okw'akawungeezi, Okw'olw'okusatu olw'eggulo, ne ku lw'okutaano ekiro kyonna. Okwawulamu saviisi zino ez'enjawulo kiba nga "okusala ebifi" by'ekiweebwayo.

Ag'okubiri, okwawula mw'ebyo bye tusabira kyenkanankana

"n'okusalasala ebifi" eby'ekiweebwayo. Okutwaliza awamu, okusaba kwawulwamu, ekiseera ky'okwenenya, okugoba emyoyo emibi, ne kuddako okwebaza. Olwo ate ne tugenda mu kusabira eby'ekanisa; Okuzimba Yeekaalu; okusabira abaweereza n'abakola ku kanisa; okuba nga batwala emirimu gyabwe mu maaso; okukulaakulana kw'emyoyo; n'okwegomba kw'omutima gw'omuntu nga bwe kuli, saako okusaba okumaliriza.

Kituufu, tuyinza okusaba nga tutambula ku luguudo, nga tuvuga, oba nga tuwumuddemu. Tusobola n'okuba n'okussa ekimu nga tusirise nga tulowooza n'okufumiitiriza ku Katonda Mukama Waffe. Ng'ogyeeko okufumiitiriza ku Katonda, okuba n'obudde okukoowoola mu kusaba ekintu kimu kimu, nakyo kikulu nga bw'olaba okusalasala mu bifi. Olwo Katonda anakkiriza okusaba kwaffe.

Ag'okusatu, "okusalasala ebifi" kitegeeza nti Ekigambo kya Katonda kyonna wamu kyawulwamu Ebitabo 66. Ebitabo 66 ebya Bayibuli binyonyola byonna wamu oyo Katonda Omulamu n'ekigendererwa eky'obulokozi okuyita mu Yesu Kristo. So nga Ekigambo kya Katonda kyawuddwayawuddwamu ebitabo eby'enjaulo, era nga buli Kigambo Kye mu buli kitabo kikwatagana ne kinaakyo. Nga ekigambo kya Katonda bwe kyawulwamu emitendera egy'enjawulo, Okwagala kwa Katonda kuleetebwa gye tuli mu mitendera bwe kityo ne kitwanguyira okukifuula emmere gye tulya.

Ag'okuna, era nga gano ge gasinga obukulu mu gonna, "okusalamu ebifi" mu kiweebwayo ekyokebwa kitegeeza nti okusaba kwe nnyini kwawulwamu era kulimu ebintu eby'enjawulo ebikolebwa. Okusaba okw'okwenenya nga saviisi tennatandika, kugobererwa ekiseera ekisooka, nga ke kaseera ak'okwefumiitiriza era akatutegeka okutuyingiza mu saviisi, era okusaba n'ekuggwa n'essaala ya Mukama waffe oba okugaba omukisa. Wakati awo, tewali kubuulira Kigambo kya Katonda kyokka, wabula mubaamu n'okusaba okw'okwegayirira, okutendereza, n'okusoma ebyawandiikibwa, essaawa y'okuwaayo, n'ebirala. Buli kikolebwa kibeera n'amakulu gaakyo, era saaviisi bw'eba erina engeri gyetambuzibwamu nakyo kyenkanankana n'okusala ebifi mu kiweebwayo.

Nga okwokya ebitundu byonna eby'ekiweebwayo bwe kituukiriza mu bujjuvu okuwaayo ekiweebwayo ekyokebwa, naffe tulina okweweerayo ddala mu saviisi okuva gy'etandikira okutuuka gyeggwera mu bujjuvu. Abo abanaagibeeramu tebalina kutuuka kikeerezi oba okusituka ne bagenda nga saviisi ekyagenda mu maaso okugenda okukola ebyabwe, okujjako nga tekyebeereka. Kyokka abantu abamu babeera n'obuvunaanyizibwa mu kanisa kale bwe batyo kiyinza okubeetaagisa okusituka mu bifo byabwe okuweereza gamba nga abakebezi abo bakkirizibwa. Abantu bayinza okwagala okutuuka nga bukyali mu kusaba okw'olwokusatu n'olwo'okutaano kyokka olw'ensonga ezitali zimu bayinza okwesanga nga batuuse kikeereza olw'emirimu oba ekintu ekirala kyonna. Wadde guli gutyo, Katonda ajja kutunuulira emutima gyabwe era akkirize evvumbe eriva mu kusinza kwabwe.

5) Kabona Anaateekanga omuliro ku kyoto, n'atindikira enku ku muliro

Oluvannyuma lw'okusalasala ekiweebwayo, kabona alina okuteeka ebifi byonna ku nku eziri ku muliro. Eno yensonga lwaki kabona alagirwa "okuteeka omuliro ku kyoto era atindikire enku ku muliro." Wano, "omuliro" mu mwoyo kitegeeza omuliro ogw'Omwoyo Omutukuvu "n'enku ku muliro" kitegeeza ebyo ebisangibwa mu Bayibuli. Buli kigambo kyonna mu bitabo 66 ebya Bayibuli birina okukozesebwa nga enku. "Okutindikira enku ku muliro" kirina amakulu ag'omwoyo nti, kwe kufuula buli kigambo eky'omu Bayibuli emmere ey'omwoyo wakati mu mirimu egy'Omwoyo Omutukuvu. Eky'okulabirako, mu Lukka 13:33 Yesu agamba, "Tekiyinzika nnabbi kuzikirira bweru wa Yerusaalemi." Bwogezaako okutegeera amakulu g'ebigambo bino ag'okungulu, tojja kutegeera makulu gaabyo gennyini, kubanga tumanyi abantu ba Katonda bangi, nga omutume Paul ne Peetero, abaafiira "ebweru wa Yerusaalemi." Mu lunyiriri olwo, "Yerusaalemi" tekitegeeza ekibuga kye nnyini, wabula ekibuga ekyo ekisitudde omutima n'okwagala kwa Katonda, nga ye "Yerusaalemi ey'omwoyo," era nga kitegeeza "Ekigambo kya Katonda." N'olwekyo, "tekisobola kuba nti nnabbi ajja kuzikirira bweru wa Yerusaalemi" kitegeeza nti nnabbi atambulira era n'afiira mu Kigambo kya Katonda.

Okusobola okutegeera ebyo bye tusoma mu Bayibuli n'enjiri gye tuwulira mu kusaba, kirina kubeera olw'okubikkulirwa kw'Omwoyo Omutukuvu. Buli kitundu kyonna eky'Ekigambo kya Katonda ekissukulumye ku kutegeera kw'omuntu, ebirowoozo, n'okutebeereza bisobola okutegeerwa mu kubikkulirwa kw'Omwoyo Omutukuvu olwo nno lwe tusobola okukkiririza mu Kigambo okuva ku ntobo y'emitima gyaffe. mu bufunze, tukula mu mwoyo singa tuba tutegedde Ekigambo kya Katonda olw'omulimu gw'omwoyo Omutukuvu ekiviirako omutima gwa Katonda okuba nga gutubikkulirwa n'okusimba amakanda mu mitima gyaffe.

6) Okuteeka Ebifi, Omutwe N'amasavu ku Nku eziri ku Muliro Oguli ku Kyoto

Eby'abaleevi 1:8 wasoma nti, "Awo abaana ba Alooni bakabona, banaateekateekanga ebifi, omutwe, n'amasavu, ku nku eziri ku muliro oguli ku kyoto." Bwe kiba kiweebwayo ekyokebwa, kabona alina okuteeka ebifi, omutwe n'amasavu ku muliro oguli ku kyoto.

Okwokya omutwe gw'ekiweebwayo kabonero akalaga okwokya ebirowoozo byonna ebitaliimu mazima ebiva mu mutwe gwaffe. Kino kiri bwe kityo lwakuba ebirowoozo byaffe biviira ddala mu mutwe era ebibi ebisinga obungi bitandikira mu mutwe. Abantu b'ensi eno tebajja kuyita muntu nti mubi singa ebibi bye tebiteekeddwa mu nkola. Wabula wadde guli gutyo, nga bwe kisoma mu 1 Yokaana 3:15, "Buli muntu yenna akyawa muganda we ye mussi," Katonda ekintu ky'okukweka obukyayi munda akitwala nti kibi.

Yesu yatununula mu bibi emyaka 2,000 egiyise. Yatununula mu bibi bye tukola si na ngalo n'ebigere byokka, wabula n'omutwe gwaffe. Yesu yakomererwa mu mikono Gye ne mu bigere Bye okutununula mu bibi bye tukola n'emikono gyaffe saako ebigere, era N'ayambala engule ey'amaggwa okutununula mu bibi bye tukola n'ebirowoozo byaffe nga bisibuka mu mitwe gyaffe. Olw'okuba twasonyiyibwa dda ebibi bye tukola n'ebirowoozo byaffe, tetukyetaaga kuwaayo eri Katonda mutwe gwa kisolo ng'ekiweebwayo. Mu kifo ky'omutwe gw'ensolo, tulina okwokya ebirowoozo byaffe n'omuliro ogw'Omwoyo Omutukuvu, era kino tukikola nga tweggyako ebirowoozo byaffe ebitaliimu mazima era tube nga tulowooza ku mazima ebiseera byonna.

Bwe tukuuma amazima ekiseera kyonna, tuba tetukyakuuma birowoozo bitaliimu mazima mu ffe oba ebirowoozo ebitasaana. Nga Omwoyo Omutukuvu akulembera abantu mu kusuula eri ebirowoozo ebitasaana, okuteeka essira ku bubaka, n'okubunnyikiza mu mitima gyabwe wakati mu kusaba, bajja kusobola okuwa Katonda okusinza okw'omwoyo kwajja okukkiriza.

Era, amasavu agaweebwayo, nga lye ssavu erikaluba ery'ensolo, we wava amaanyi era n'obulamu bwe nnyini. Yesu yafuuka ekiweebwayo okutuuka ku ssa ery'okuyiwa omusaayi Gwe gwonna n'amazzi. Bwe tukkiriza mu Yesu nga Omulokozi waffe, tujja kuba tetukyetaaga kuwaayo eri Katonda amasavu g'ensolo. Kyokka, "okukkiriza mu Mukama" tekituukirizibwa olw'okuba okyatudde n'akamwa ko, "Nzikkirizza." Bwe tuba nga ddala tukkiriza nti Mukama yatununula mu bibi, tulina okweggyako ebibi, tukyusibwe n'Ekigambo kya Katonda, era tutambulire mu bulamu obulongoofu. Ne mu kiseera ky'okusinza, tulina okuggyayo n'agomu buto – okuwaayo omubiri, omutima, okwagala, n'okweweerayo ddala – era ne tuwa Katonda okusaba okw'okusinza okw'omwoyo. Omuntu awaayo amaanyi ge gonna okusinza tajja kukuuma bukuumi Kigambo kya Katonda kyokka, wabula ajja na kukituukiriza mu mutima gwe. Okujjako ng'Ekigambo kya Katonda kituukiriziddwa mu mutima gw'omuntu lwe kisobola okufuuka obulamu, amaanyi, era n'emikisa mu mwoyo ne mu mubiri.

7) Kabona ayoza n'amazzi ebyenda n'amagulu gaayo, era nabyokya byonna ku kyoto

Wadde ebitundu ebirala biweebwayo nga bwe biri, Katonda alagira nti ebyenda n'amagulu, ebifo ebitali biyonjo eby'ensolo, byozebwe n'amazzi biryoke biweebweeyo "Okwoza n'amazzi" kitegeeza okwoza obubi obwa buli kika obw'omuntu oyo awaayo ekiweebwayo. Bubi bwa kika ki obwozebwa? Bbo abantu mu biseera by'Endagaano Enkadde obubi bw'ekiweebwayo bwe baayozanga, omuntu mu biseera by'Endagaano Empya alina kwoza obubi obw'omutima.

Mu Matayo 15 tulaba Abafalisaayo n'abawandiisi nga banenya abayigirizwa ba Yesu olw'okulya nga engalo zaabwe si nyonjo. Eri bo Yesu agamba, "Ekiyingira mu kamwa si kye kyonoona omuntu, naye ekiva mu kamwa, ekyo kye kyonoona omuntu" (olu. 11). Ebyo ebiva mu kiyingira mu mubiri okuyita mu kamwa bikoma lwe bifulumizibwa; So nga, ekyo ekiva mu kamwa kiba kiviira ddala ku mutima era nga ebikivaamu tebiba birungi. Nga Yesu bwayongerako n'agamba mu lunyiriri 19-20 nti, "Kubanga mu mutima mwe muva ebirowoozo ebibi, obussi, obwenzi, obukaba, obubi , okuwaayiriza, okuvuma. Ebyo bye byonoona omuntu, naye okulya nga tanaabye mu ngalo tekwonoona muntu," Tulina okuyonja obubi n'ebibi eby'omu mutima n'Ekigamba kya Katonda.

Ekigambo kya Katonda gye kikoma okuyingira mu mitima gyaffe, obubi n'ebibi gye bijja okukoma okugobebwa, n'okunaazibwa mu mitima gyaffe. Eky'okulabirako, omuntu bwakola emmere ey'okwagala era n'alyanga ku yo, obukyayi bujja kubeera bugiddwawo. Omuntu bw'alyanga ku mmere ey'obukakkamu, ejja kudda mu kifo ky'okwemanya. Omuntu amazima bwagafuula emmere, obulimba bujja kubulawo. Omuntu gyakoma okufuula amazima emmere n'okugatambuliramu, n'embala y'ekibi gyajja okukoma okugyegobako. Okukkiriza kujja kugenda kukula, okutuuka lwe kunaatuuka ku kigera eky'ekikula kya Kristo. Okukkiriza kw'omuntu gye kukoma, n'amaanyi ga Katonda n'Obuyinza gye bikoma okugenda n'Omuntu oyo. Tajja kufuna kuyaayaana kwa mutima gwe kyokka, wabula n'okwerabira ku mikisa mu buli mbeera yonna ey'obulamu bwe.

Okujjako ng'ebyenda n'amagulu byozeddwa, ne biryoka bissibwa ku muliro, lwe bisobola okuvaamu evvumbe eddungi. Eby'abaleevi 1:9 w'ogera ku kino nti kye "kiweebwayo ekikolebwa n'omuliro eky'evvumbe eddungi eri MUKAMA." Bwe tuwaayo eri Katonda okusaba okw'okusinza okw'omwoyo mu mwoyo n'amazima okusinziira ku Kigambo Kye, kuno kwe kusinza okwo okuweereddwayo n'omuliro era kuno kwe kusanyusa Katonda era kwe kusobola okussa okuddamu Kwe. Emitima gyaffe egisinza ginaafuuka evvumbe eddungi mu maaso ga Katonda era bwasanyuka, ajja kutukulaakulanya mu buli mbeera.

5. Okuwaayo Endiga oba Embuzi (Eby'abaleevi 1:10-13) Endiga ennume oba Embuzi ennume etaliiko Bulemu bwonna

Nga bwe kiri ne kukuwaayo ente, Oba ndiga oba mbuzi, erina kubeera ntototo nga nnume nga teriiko bulemu bwonna. Mu makulu ag'omwoyo, okuwaayo ekiweebwayo ekitaliko bulemu kitegeeza okusinza Katonda n'omutima ogutuukiridde nga gujjudde essanyu n'okwebaza. Ekiragiro kya Katonda nti ennume y'eba eweebwayo kabonero akalaga "okusinza n'omutima ogwewaddeyo, ogutaliimu kuyugayuuga." Wadde ekiweebwayo kiyinza okwawuka okusinziira ku nsawo ya buli muntu, endowooza y'omuntu awaayo ekiweebwayo bulijjo erina kuba yakuba mutukuvu, si nsonga kibadde ki omuntu kyawaddeyo.

1) **Ekiweebwayo kirina Okusalibwa ku ludda olwa bukiika kkono obw'ekyoto, era kabona n'amansira omusaayi ku kyoto enjuyi zonna ekiri ku mulyango ogwa weema ey'okusisinkaniramu**

Nga era bwe kiri ne mu kuwaayo ente, ekigendererwa ky'okumansiira omusaayi gw'ensolo okwetoolola ekyoto kwe kufuna okusonyiyibwa ebibi ebikoleddwa yonna—ebuvanjuba, ebugwanjuba, mu mambuka, ne mu maserengeta. Katonda yaganya okutangirira kubeewo n'ousaayi ogw'ensolo okumuweebwa mu kifo ky'omuntu oyo.

Lwaki Katonda yalagira nti ekiweebwayo kisalibwa ku ludda olwa bukiika kkono obw'ekyoto? "Amambuka" oba "oludda olw'ekyengulu" mu mwoyo kabonero akalaga okunyogogga n'enzikiza; kye kiraga era nga kitera nnyo okukozesebwa okutegeeza ekintu Katonda kyagunjula oba kyanenya era nga takisanyukira.

Mu Yeremiya 1:14-15 tusoma nti,

"Okuyima obukiika obwa kkono obubi bulifubutukira ku bonna abali mu nsi. Kubanga, laba, Ndiyita ebika byonna eby'amatwale ga bakabaka b'obukiika obwa kkono, bw'ayogera MUKAMA, era balijja ne basimba buli muntu entebe ye awayingirirwa mu miryango gya Yerusaalemi n'okwoleka bbugwe waayo yenna enjuyi zonna n'okwolekera ebibuga byonna ebya Yuda."

Mu Yeremiya 4:6 Katonda agamba, "Mudduke muwone temulwawo, kubanga ndireeta obubi obuliva obukiika obwa kkono, n'okuzikirira okunene." Nga bwe tulaba mu Bayibuli, "obukiika obwa kkono" kabonero akalaga okugunjula kwa Katonda n'okunenya, era na bwe kityo, ensolo eteereddwako ebibi by'omuntu byonna erina kusalibwa "ku luddsa olw'ebukiika kkono," akabonero nti kikolimo.

2) Ekiweebwayo kinaasalibwangamu Ebifi, n'ekiteekebwa ku nku eziri ku muliro wamu n'omutwe n'amasavu; Ebyenda byayo n'amagulu gaayo banaabinaazanga n'amazzi, awo byonna n'abyokera ku kyoto, okuba ekiweebwayo ekyokebwa ekiweebwayo ekikolebwa n'omuliro

Mu ngeri y'emu nga bwe kibeera ku kiweebwayo eky'ente, ekiweebwayo eky'okebwa eky'endiga oba embuzi nakyo kisobola okuweebwayo okusobola okufuna okusonyiyibwa ebibi bye tukola n'omutwe, emikono n'ebigere. Endagaano Enkadde eringa ekisiikirize, era nga Endagaano Empya kwe kuva ekisiikiriza. Katonda ayagala tufune okusonyiyibwa kw'ebibi, si olw'ebikolwa byaffe kyokka, wabula nga tukomola n'emitima gyaffe n'okutambulira mu Kigambo Kye. Kuno kwe kuwaayo eri

Katonda okuweereza okw'okusinza n'omubiri gwaffe gwonna, omutima, n'okwagala, era n'okufuula Ekigambo kya Katonda emmere olw'okubikkulirwa okw'Omwoyo Omutukuvu okusobola okweggyako agatali mazima era ne tutambulira mu mazima.

6. Ekiweebwayo Eky'ennyonyi (Ebyabaleevi 1:14-17)

1) Bukaamukuukulu oba amayiba amato

Amayiba bye binyonyi ebisingayo obuwulize n'amagezi mu binyonyi byonna, era nga kigondera bulungi nnyo abantu. Nga ne nnyama yaago bw'ebeera eng'onvu. Ne bukaamukuukulu okutwaliza awamu buyamba nnyo abantu, Bwatyo Katonda yalagira nti Amayiba Ne Bukaamukuukulu bye biba biweebwangayo. Mu mayiba yayagala amayiba amato ge g'aba gaweebwayo, Katonda yali ayagala amayiba amato ge g'aba gaweebwayo kubanga yali ayagala okuweebwa ekiweebwayo ekiyonjo era ekigonvu. Embala eri mu mayiba amato kabonero akalaga obukakkamu n'obugonvu bwa Yesu eyafuuka ssaddaaka.

2) Kabona Anaakaleetanga eri Ekyoto, n'akanyoola Omutwe, n'agumenyako, Akayuza Ebiwawaatiro byako so takasalangamu; Awo kabona anaakookera ku kyoto, n'omusaayi gwako gunaatonnyeranga ku mabbali g'ekyoto

Olw'okuba amayiba amato gabeera matono nnyo, tegasobola kuttibwa ate n'okugasalamu ebifi, era n'omusaayi gw'ago gubeera mutono nnyo oguyiika. Olw'ensonga eyo, ekitali ku nsolo endala zonna ezibaagibwa ku ludda lw'ekyoto olwe'bukiika kkono, gwo omutwe gw'ako gunaamenyebwako n'omusaayi gw'ako ne gutonnya butonnya; era wano wabaawo okuteeka engalo ku mutwe gw'ejjuba.

Omusaayi gw'ekiweebwa gulina okumansibwa okwetooloola ekyoto, wabula omukolo gw'okutangirira ogw'ejjuba gukolebwa emabbali g'ekyoto omusaayi gwako wegutonnyera olw'okuba omusaayi gw'ejjuba gubeera mutono.

Era, olw'okuba kantu katono, singa baali bakukasalamu bifi kandiweddewo buggwi. Eyo yensonga lwaki ebiwawaatiro byako biyuzibwa buyuzibwa, si ku kasalasala, era ebiwawaatiro ebyo tebabikuttula ku kannyonyo wabula babyanjala. Mu binyonyi, ebiwawaatiro bwe bulamu bwabyo. Ejjuba okuyuzibwako ebiwawaatiro, kabonera akalaga nti omuntu yeeweereddeyo ddala mu maaso ga Katonda era n'obulamu bwe n'abumukwasa.

3) **Ekisakiro kyako awamu n'empitambi yaakyo, bisuulibwa ku mabbali g'ekyoto ku luuyi olw'ebuvanjuba mu kifo eky'evvu**

Nga tannateeka kannyonyi ku muliro ng'ekiweebwayo, ekisakiro kyako awamu n'empitambi bigibwamu ne bisuulibwa. Byo ebyenda by'ente, endiga n'embuzi tebisuulibwa, wabula byokebwa nga bimaze okwozebwa n'amazzi, ebyo eby'ejjuba bizibu okwoza kubanga bitono nnyo, Bwatyo Katonda ye yakkiriza bisuulibwe. Ekikolwa ky'okusuula ekisakiro awamu n'empita mbi yaakyo, ng'era bwe kiri ne mu kwoza ebitundu by'ente, endiga n'embuzi, ke kabonero akalaga okunaaza emitima gyaffe egitali miyonjo n'ebikolwa eby'edda ebijjudde obubi nga tusinza Katonda mu mwoyo n'amazima.

Ekisakiro ky'ebinyonyi n'empitambi yabyo birina okusuulibwa ku mabbali g'ekyoto ku luuyi olw'ebuvanjuba mu kifo eky'evvu. Tusoma mu Lubereberye 2:8 nti Katonda "yasimba olusuku mu Adeni ku luuyi olw'ebuvanjuba." Amakulu ag'omwoyo aga "ebuvanjuba" kye kifo ekyebulunguluddwa ekitangaala. Ne ku nsi kuno kwe tubeera, ebuvanjuba lwe ludda enjuba gy'eva era enjuba bwevaayo, ekizikiza ky'ekiro kivaawo. Makulu ki agali mu kusuula ekisakiro kyakyo awamu n'empitambi yaakyo, ku mabbali g'ekyoto ku luuyi olw'ebuvanjuba mu kifo eky'evvu?

Kano akabonero ke kalaga nti tuvaayo ne tujja mu maaso ga Mukama, nga Ye kye Kitangaala, oluvannyuma lw'okweggyako buli butali butuukirivu bwaffe obw'ebibi n'obubi nga tuwaayo eri Katonda ekiweebwayo ekyokebwa. Nga bwe tusoma mu Abaefeso 5:13, "Naye ebigambo byonna bwe bibuulirirwa omusana gubirabisa, kubanga buli ekirabisibwa gwe musana," Tweggyako buli empitambi y'ebibi n'obubi bye tuzudde era ne tufuuka abaana ba Katonda nga tujja eri omusana. Kale bwe kityo, okusuula eri ekisakiro n'empitambi eby'ekiweebwayo ebuvanjuba kitegeeza engeri ffe, abaali batambula n'obubi mu mwoyo—ebibi n'omulabe setaani, bwe tubyeggyako ne tulyoka tufuuka abaana ba Katonda.

Okuyita mu biweebwayo ebyokebwa eby'ente, endiga, embuzi, n'ebinnyonyi, kati tusobola okutegeera okwagala kwa Katonda n'obwenkanya. Katonda yalagira ebiweebwayo ebyokebwa kubanga yayagala abaana ba Isiraeri okutambula buli ssaawa nga batereevu n'enkolagana ennungi wakati We n'abo mu kussa ekimu nga bawangayo ssaddaaka. Kino bw'onookijjukiranga, Nsuubira nti ojja kusinza mu mwoyo n'amazima, wabula si kukuuma bukuumi lunaku lwa Mukama nga lutukuvu wabula, n'okuwaayo eri Katonda evvumbe eddungi ery'omutima gwo, mu nnaku zonna 365 ezikola omwaka. Nga Katonda waffe, bwe yatusuubiza nti, "Era sanyukiranga MUKAMA; naye anaakuwanga omutima gwo bye gusaba" (Zabuli 37:4), Ajja kukuyiira ebirungi n'emikisa eby'amaanyi yonna gye tunaalaganga.

Essuula 4

Ekiweebwayo Eky'obutta

"Era omuntu yenna bw'awangayo ekitone eky'obutta obuweebwayo eri MUKAMA ekitono kye kinaabanga kya butta bulungi, era anaabufukangako amafuta n'abuteekako omugavu."

Eby'abaleevi 2:1

1. Amakulu g'ekiweebwayo Eky'obutta

Eby'abaleevi 2 wannyonyola ekiweebwayo eky'obutta kye ki n'engeri gye kirina okuweebwayo eri Katonda esobole okubeera ssaddaaka ennamu era entukuvu eyo emusanyusa.

Nga tusoma Eby'abaleevi 2:1, "Era omuntu yenna bw'awangayo ekitone eky'obutta obuweebwayo eri MUKAMA ekitono kye kinaabanga kya butta bulungi," ekiweebwayo eky'obutta kirina okuba ng'obutta bwakyo bulungi. Kye kiweebwayo eky'okwebaza Katonda oyo atuwadde obulamu era atuwa emmere eya buli lunaku. Mu makulu ag'ennaku zino, kitegeeza ekiweebwayo eky'okwebaza mu saviisi ya sande ekiweebwayo eri Katonda olw'okutukuuma mu wiiki ebeera eyise.

Mu biweebwayo, ebiweebwayo eri Katonda, okuyiwa omusaayi ogw'ensolo nga ente oba endiga ng'ekiweebwayo olw'ekibi kyetaagisa. Kino kibaawo kubanga okusonyiyibwa ebibi okuyita mu kuyiwa musaayi gw'ensolo kikakasa nti okusaba kwabwe kutuuse n'okwegayirira kwabwe eri Katonda omutukuvu. Kyokka, ekiweebwayo eky'obutta kiweebwayo kya kwebaza era nga tekyetaaga kuyiwa kwa musaayi kwa njawulo era nga kitera kugendera ku kiweebwayo olw'ekibi. Abantu baawangayo eri Katonda amakungula gaabwe agasoose n'ebintu ebirala ebirungi okuva mu butta bwe bakungudde, ng'ekiweebwayo eky'obutta, olw'okubawa ensigo ze baasimba, ezibawadde emmere, saako okubakuuma okutuuka ku makungula.

Engano ye yatera okuweebwangayo ng'ekiweebwayo eky'obutta. Eng'ano ennungi, omugaati ogukoleddwa obulungi, n'emitwe gy'ebimera omuva eng'ano bye byakozesebwanga, era ng'ebiweebwayo byonna biteekebwamu butto n'omunnyo, ne mugatibwamu akawoowo. Olwo nno ekiweebwayo ekyo n'ekiryoka kikumibwako omuliro, omukka ne gwambuka eri Katonda ng'evvumbe eddungi okusanyusa Katonda. Tusoma mu Kuva 40:29, "N'ateeka ekyoto eky'okwokerangako ebiweebwayo ku mulyango ogw'ennyumba ey'eweema ey'okusisinkanirangamu, n'akiwaako ekiweebwayo ekyokebwa n'ekiweebwayo eky'obutta; nga MUKAMA bwe yalagira Musa." Katonda yalagira nti buli ekiweebwayo eky'okebwa bwe kinaaweebwangayo, n'ekiweebwayo eky'obutta nakyo kiweebwengayo kumu. N'olwekyo, tujja kubeera tuwaddeyo eri Katonda okusinza okw'omwoyo mu bujjuvu singa tuteekako n'ekiweebwayo ekyokwebaza mu kusaba okw'oku sande.

Ensibuko y'amakulu g'ekigambo "ekiweebwayo eky'obutta" mulimu "ssaddaaka" ne "ekirabo." Katonda tayagala tugende mu kusaba okw'enjawulo na ngalo nsa, wabula tulage mu bikolwa, omutima ogw'okwebaza nga tumuwa ekiweebwayo eky'okwebaza. Olw'ensonga eno, Atugamba mu 1 Abasessaloniika 5:18, "Mwebazenga mu kigambo kyonna kyonna, kubanga ekyo Katonda ky'abaagaliza mu Kristo Yesu," ne mu Matayo 6:21, "Kubanga ebintu byo we bibeera, omutima gwo nagwo gye gubeera."

Lwaki tulina okwebaza mu buli kintu era ne tuwaayo eri Katonda ekiweebwayo eky'obutta? Okusooka, buli muntu yenna yali akutte ekkubo ery'okuzikirira olw'okwonoona kwa Adamu, naye Katonda yatuwa Yesu okutangirira ekibi. Yesu yatununula mu bibi era okuyita mu Ye twafuna obulamu obutaggwaawo. Olw'okuba Katonda, eyatonda buli kimu mu nsi omuli n'omuntu, era nga kati ye Kitaffe, tusobola okweyagalira mu buyinza nga abaana ba Katonda. Atuganyizza okufuna eggulu ery'olubeerera kati olwo tuyinza okukola ki okujjako okumwebaza?

Katonda era atuwa omusana, yafuga enkuba, empewo, n'embeera y'obudde gye tweyagaliramu era atusobozesa okukungula amakungula amangi ne tusobola okufuna emmere eya buli lunaku.

Tulina okumwebaza. Era, Katonda yakuuma buli ssekinnoomu ku ffe obutaliibwa nsi eno ejjudde ekibi, obutali butuukirivu, endwadde, n'obubenje. Addamu okusaba kwaffe kwe tuweereddeyo mu kukkiriza era atuwa n'omukisa okutambulira mu bulamu obuwanguzi. Kale ddala tuyinza tutya obutamwebaza?!

2. Ebiweebwayo mu Kiweebwayo Eky'obutta

Mu Ebyabaleevi 2:1 Katonda agamba, "Era omuntu yenna bw'awangayo ekitone eky'obutta obuweebwayo eri MUKAMA ekitono kye kinaabanga kya butta bulungi, era anaabufukangako amafuta n'abuteekako omugavu." Obutta obuweebwa eri Katonda nga ekiweebwayo ekyokebwa bulina kubeera obutta obulungi ennyo. Ekiragiro kya Katonda nti obutta obuweebwayo bubeerenga "bulungi" kiraga ekika ky'omutima gwe tulina okuweesaayo ekiweebwayo Gyali. Okufuna obutta obulungi, bulina okuyisibwa mu mitendera egy'enjawulo omuli okuggyako ebikuta, okussa, n'okukumunta obulungi ennyo. Era bino byonna babikola n'obwegendereza bungi. Ebintu ebikandiddwa n'eng'ano ey'obutta obukoleddwa obulungi, biwooma nnyo era birabika na bulungi.

Amakulu ag'omwoyo agali emabega w'ekiragiro kya Katonda nti obutta bwe tulina okuwaayo, bulina kubeera "bulungi" kitegeeza nti Katonda ajja kukkiriza ekiweebwayo ekitegekeddwa n'obwegendereza n'essanyu. Akikkiriza n'essanyu bwe tulaga n'ebikolwa omutima ogwokwebaza, si kwebaza bwebaza na mimwa kyokka. N'olwekyo, bwe tuba tuwaayo ekimu eky'ekkumi n'okwebaza, tulina okukakasa nti tuwaddeyo n'omutima gwaffe gwonna Katonda asobole okukkiriza ekiweebwayo kyaffe.

Katonda ye mufuzi w'ebintu byonna era Alagira omuntu okumuwanga ekiweebwayo, si lwakuba nti alina kyabulwa. Alina amaanyi okwongeza obugagga bwa buli muntu era asobola n'okuggya ku muntu eby'obugagga bwe byonna. Ensonga lwaki Katonda ayagala okufuna ebiweebwayo okuva gye tuli abeera ayagala kutwongera mukisa okuyita mu biweebwayo byatuwa mu kwagala n'okukkiriza.

Era nga bwe tulaba mu 2 Bakkolinso 9:6, "Asiga entono, alikungula ntono, era alisiga ennyingi, alikungula nnyingi," okukungula okusinziira omuntu bwasiga tteeka mu nsi ey'omwoyo. Okusobola okwongera okutuwa omukisa ogusingawo, Katonda atusomesa okuwaayo ebiweebwayo eby'okwebaza.

Bwe tukkiririza mu mazima gano era ne tuwaayo ebiweebwayo, tulina okuwaayo n'emitima egisanyuse, nga bwe tulina okuwa eri Katonda obutta obulungi, tulina okumuwa ekiweebwayo ekisinga omuwendo mu biweebwayo byonna nga kirongoofu era nga tekirina bbala lyonna.

"Obutta obulungi" era bulaga ekikula kya Yesu n'obulamu Bwe, nga byombi bino bituukiridde. Era kitusomesa nti nga bwe tutwala obudde nga tukola obutta obulungi, bwe tulina n'okukola ennyo era nga tuli bagonvu.

Bwe tuba tuwaayo ekiweebwayo eky'obutta, eng'ano ng'emaze okutabulibwa n'amafuta n'okugikanda n'okufumbibwa, olwo ng'abantu bagiteeka ku kyoto okuvaamu omukka. Engeri ekiweebwayo eky'obutta bwe kiweebwayo mu ngeri eyenjawulo, kiraga nti abantu beebezangao mu ngeri ez'enjawulo, era nga n'ebyo bye beebalizanga Katonda nabyo byabanga bya njawulo.

Kwe kugamba, ng'ogyeeko ezo ensonga ze tutera okwebaliza Katonda buli lwa Sande, tusobola n'okwebaza olw'okufuna omukisa oba okuddibwamu eri okusaba kwaffe; okwebaza olw'okuwangula ebikemo, n'ebigezo olw'okukkiriza; n'ebiringa ebyo. Wabula wadde guli gutyo,nga Katonda bw'alagira okuba nga "twebaza mu buli kimu," tulina okunoonya ensonga ze tulina okwebaliza bwe tutyo twebaze nga bwe kisaanidde. Olwo lwokka Katonda lwajja okukkiriza evvumbe ery'emitima gyaffe era nga tulina okufuba okulaba nti bye twebaliza bingi mu bulamu bwaffe.

3. Okuwaayo Ekiweebwayo Eky'obutta

1) Ekiweebwayo Eky'obutta Obulungi ennyo Obufukeko Amafuta era nga Buteereddwako Omugavu

Okufuka amafuta ku butta obulungi ennyo kijja kuganya engano okugonda n'esobola okuvaamu omugaati omulungi ennyo, so nga okuteekamu omugavu kijja kwongera okulabisa ekiweebwayo obulungi n'okusikiriza. Kino bwe kireetebwa eri kabona, akiggyamu olubatu lwe olw'obuta obulungi bwakyo n'olw'amafuta gaakyo, awamu n'omugavu gwakyo gwonna, awo kabona anaabwokyanga okuba ekijjukizo kyakyo ku kyoto, olwo ne mulyoka muvaamu evvumbe eddungi.

Makulu ki agali mu kuyiwa amafuta ku butta?

"Amafuta" wano kitegeeza amasavu agavudde mu nsolo oba butto agiddwa mu bimera. Okugatta "amafuta" ago n'eng'ano oba obutta kitegeeza nti tulina okuwaayo amaanyi gaffe gonna – obulamu bwaffe bwonna – mu kuwaayo ebiweebwayo eri Katonda. Bwe tusinza Katonda oba okuwaayo ebiweebwayo Gyali, Katonda atusindikira okulung'amizibwa n'obujjuvu bw'Omwoyo Omutukuvu era n'atuganya okutambuza obulamu bwaffe nga bussa kimu Naye. Okuyiwako amafuta kabonero akalaga nti bwe tuba nga tuwaayo eri Katonda ekintu kyonna, tulina okukimuwa n'omutima gwaffe gwonna.

Kitegeeza ki okuteeka omugavu ku butta?

Tusoma mu Baruumi 5:7, "Kubanga kizibu omuntu okufiirira omutuukirivu, kubanga omulungi mpozzi omuntu aguma n'okumufiirira." So nga, nga bwe kwali okwagala kwa Katonda, Jesu yatufiirira, wadde nga tetuli batuukirivu wadde abalungi kyokka ab'onoonyi. Olwo, evvumbe eryava mu kwagala kwa Yesu nga lyali ddungi nnyo eri Katonda? Eno yengeri Yesu gye yamenyaamenya obuyinza bw'okufa, n'azuukira, era atudde ku mukono ogwa ddyo ogwa Katonda, n'afuuka Kabaka wa bakaba, era n'afuukira ddala evvumbe eddungi ennyo mu maaso ga Katonda.

Abaefeso 5:2 watukubiriza nti "mutambulirenga mu kwagala, era nga Kristo bwe yabaagala mmwe, era nga Yeewaayo ku lwaffe okubeera ekirabo era ssaddaaka eri Katonda okubeera evvumbe eriwunya obulungi." Yesu bwe yaweebwayo eri Katonda nga ssaddaaka Yalinga ekiweebwayo ekiteereddwako omugavu. N'olwekyo, nga bwe twafuna okwagala kwa Katonda, Tulina naffe okwewaayo nga evvumbe eriwunya obulungi, nga Yesu bwe yakola.

"Okuteeka omugavu ku butta" kitegeeza nti nga Yesu bwe yayimusa Katonda n'akawoowo akalungi okuyita mu kikula Kye n'ebikolwa, tulina okutambulira mu Kigambo kya Katonda n'omutima gwaffe gwonna era tumuyimuse nga tulabira ku vvumbe lya Kristo. Okujjako nga tuwaddeyo eri Katonda ebiweebwayo eby'okwebaza nga tulabira ku kawoowo ka Kristo, ebiweebwayo byaffe lwe bisobola okufuuka ebiweebwayo eby'obutta ebisaanira Katonda okubikkiriza.

2) Temugattibwangamu Kizimbulukusa wadde Omubisi Gw'enjuki

Eby'abaleevi 2:11 wasoma nti, "Tewabangawo kiweebwayo kya butta, kye munaawangayo eri MUKAMA, ekikolebwa n'ekizimbulukusa, kubanga temwokyanga ekizimbulukusa kyonna, newakubadde omubisi gw'enjuki gwonna, okuba ekiweebwayo ekikolebwa n'omuliro eri MUKAMA." Katonda yalagira nti tewaabengawo kugatta kizimbulukusa mu kiweebwayo eky'obutta ekiweebwayo eri Katonda kubanga ekizimbulukisa kivunza ekintu mwekiteereddwa, ekizimbulukusa mu "by'omwoyo" nakyo kiba kyonoona ekiweebwayo.

Oyo Katonda atakyukakyuka era atuukiridde ayagala ebiweebwayo byaffe bibeere nga tebyonooneddwa era bimuweebwe nga obutta obulungi ennyo – okuva ku ntobo y'omutima gwaffe.

N'olwekyo, bwe tuba tuwaayo tulina okuwaayo n'omutima ogutakyukyuka, omuyonjo, era omulongoofu, nga twebaza, olw'okwagala, n'okukkiriza mu Katonda.

Mu kuwaayo ebiweebwayo, abantu abamu balowooza ku balala kye banaabalowoozaako, abantu abamu balowooza batyo era ne bawaayo okutuukiriza omukolo. Abalala bawaayo n'omutima ogujjudde ennaku n'okwemulugunya. So ng'ate, Yesu yalabula ku kizimbulukusa ekyali mu Bafalisaayo nga bwe bunnanfusi, bwe tuwaayo nga twefuula abatuukiridde kungulu kwokka era ng'ekitukozesa ekyo balala kutumanya, emitima gyaffe gijja kubeera nga ekiweebwayo eky'obutta eky'onooneddwa ekizimbulukusa era nga tekirina wekikwataganira na Katonda.

N'olwekyo, tulina okuwaayo awatali kizimbulukusa kyonna era okuva ku ntobo y'omutima gwaffe mu kwagala n'okwebaza Katonda. Tulina okwewala okwemulugunya nga tuwaayo oba nga tunakuwadde awatali kukkiriza. Tulina okuwaayo mu bungi n'okukkiriza okunywevu mu Katonda oyo ajja okukkiriza ebiweebwayo byaffe era otuwe omukisa mu mwoyo ne mu mubiri. Okutusomesa amakulu ag'omwoyo, Katonda yalagira nti teri kiweebwayo kirina kukolebwa na kizimbulukusa.

Kyokka waliwo ebiseera ebimu, Katonda lwatuganya okumuwa ebiweebwayo nga birimu ekizimbulukusa. Ebiweebwayo eby'ekika kino tebiteekebwa ku muliro kuvaamu mukka, wabula kabona akiwuuba ku kyoto okulaga nti kiweereddwayo eri Katonda, bwatyo n'akikomyawo eri abantu okukigabana bakirye. Kino kye bayita "ekiweebwayo ekiwuubibwa," nga kyo, ekitali ku kiweebwayo eky'obutta, kyo kyakkirizibwa okuteekebwamu ekizimbulukusa.

Eky'okulabirako, abantu ab'okukkiriza bajja kugenda ku kanisa wadde ng'olunaku si lwa Sande. Kyokka abantu abalina okukkiriza okunafu bwe bagenda mu kanisa ku lwa Sande, kyokka ne batagenda mu kusaba kwa lwa kutaano ekiro kyonna, oba olw'okusatu akawungeezi, Katonda ekikolwa kyabwe tajja kukiraba ng'ekibi. Era bwe tuba tutunuulidde ebintu bwe bitambuzibwa, wadde ku Sande ebintu bitambuzibwa nga bwe birina okugoberagana awatali kusuula kintu kyonna, kiyinza obutaba bwe kityo, mu kusaba okw'omu maka ga ba memba b'ekanisa, wadde kale balina okubaako bye bagoberera omuli okubuulira obubaka, okusaba, n'okusinza enkola eyinza obutagobererwa nnyo, okusinziira ku mbeera eriwo. Kasita wabaawo okugoberera ebisookerwako era ebisinga obukulu, Katonda okuba nga aganya wabeewo okulegezaamu okusinziira ku mbeera eriwo oba ekigera ky'okukkiriza eky'omuntu bwe kiba, okwo kwe kuwaayo ekiweebwayo ekirimu ekizimbulukusa.

Lwaki Katonda yagaana okuteekamu omubisi gw'enjuki?
Nga bwe kiri ku kizimbulukusa, omubisi gw'enjuki nagwo gusobola okwonoona obutta obulina okuba obulungi ennyo. Omubisi ogwogerwako wano gwe gwo ogukamuddwa mu bibala ebimu ebisangibwa e Palestine, era nga gwanguwa nnyo okwonooneka n'okusaakaala. Olw'ensonga eno, Katonda yagaana eng'ano ey'obutta okuba ng'eyonoonebwa olw'okwongerwamu omubisi gw'enjuki. Era ali mu kutugamba nti abaana ba Katonda bwe basinza oba ne bamuwa ebiweebwayo, tulina okukikola n'omutima ogutuukiridde ogwo ogutalimbalimba oba

ogutakyukakyuka.

Abantu bayinza okulowooza nti okugattamu omubisi gw'enjuki kiyinza okulabisa ekiweebwayo obulungi. Nedda, ekintu ne bwe kifaanana kitya eri omuntu, Ye Katonda ayagala kuweebwa ekyo Kye yalagira n'omuntu kye yalayira okumuwanga. Abantu bamanyi okusuubiza nga bwe bajja okubaako kye bawa Katonda naye embeera bwe zikyuka, bakyusa endowooza zaabwe kw'ekyo kye baasuubiza ne bawaayo kirala. So nga Katonda annyiiga nnyo abantu bwe beekyusa mw'ekyo Katonda kye yabalagira, oba ne beekyusa ku kintu kye baalaayira okukola singa omwoyo omutukuvu abeera ku luuyi lwabwe. N'olwekyo, omuntu bwasuubiza okuwaayo ensolo, alina okufuba okulaba nti agiwaayo eri Katonda nga bwe kyawandiikibwa mu Eby'abaleevi 27:9-10, awasoma nti, "Era bw'eneebanga ensolo, abantu gye bawaayo okuba ekirabo eri MUKAMA, byonna omuntu yenna by'anaawangayo ku ezo eri MUKAMA binaabanga bitukuvu. Tagikyusanga so tagiwaanyisanga, ekirungi mu kifo ky'ekibi, oba ekibi mu kifo ky'ekirungi, n'okuwanyisa bwanaawaanyisanga ensolo n'ensolo, kale eyo era n'eri ezze mu kifo kyayo zombi zinaabanga ntukuvu."

Katonda ayagala tuweeyo n'omutima omulongoofu, si mu kuwaayo biweebwayo byokka, wabula ne mu buli kimu. Bwe wabaawo okuyuugayuuga n'obulimba mu mutima gw'omuntu, eneeyisa etakkirizibwa mu maaso ga Katonda ejja kuviirayo mu mbala ez'ekika kino.

Eky'okulabirako, Kabaka Sawulo yanyooma ekiragiro kya Katonda, n'akikyusa nga ye bwe yali ayagala. Era ekyavaamu, yajeemera Katonda. Katonda yali yalagira Sawulo okuzikiriza kabaka w'Abamaleki Agagi, abantu bonna, n'ensolo. Bwe yamala okuwangula olutalo olw'amaanyi ga Katonda, Sawulo teyagendera ku biragiro bya Katonda. Kabaka w'Abamaleki Agagi teyamutta n'ebisolo ebirungi ebisava. Ate Samwiri ne bwe yamunenya, Sawulo teyeenenya yasigala mujeemu, era kunkomerero yagaanibwa Katonda. Okubala 23:19 watugamba, "Katonda si muntu okulimba, so si mwana wa muntu, okwejjusa." Ffe okusobola okusanyusa Katonda, omutima gwaffe gulina kusooka kukyusibwa okufuuka ogwo omuyonjo. Ekintu ne bwe kifaanana kitya obulungi eri omuntu n'engeri gyalowoozaamu, talina kukola ekyo Katonda kye yagaana era kino tekirina kukyuka ne bwe wayitawo ekiseera ekiwanvu. Omuntu bwagoberera okwagala kwa Katonda n'omutima omulongoofu ogutakyukakyuka, Katonda kimusanyusa. Akiriza ebiweebwayo bye era n'awa omuntu oyo omukisa.

Eby'abaleevi 2:12 wasoma nti, "Ebyo munaabiwangayo eri MUKAMA okuba ekitone eky'ebibereberye, naye tebirinnyisibwenga ku kyoto okuba evvumbe eddungi." Ekiweebwayo kirina okubeera n'evvumbe eddungi eryo erisanyusa Katonda, olwo n'asobola okukikkiriza. Naye wano Katonda atugamba nti ekiweebwayo eky'obutta tekirina kuteekebwa ku kyoto olw'ekigendererwa ekimu kyokka nti kisobole okuvaamu evvumbe eddungi. Ekigendererwa ky'okuwaayo ekiweebwayo eky'obutta tekiri mu kikolwa, wabula mu kuwaayo eri Katonda akawoowo k'emitima gyaffe.

Omuntu ne bwawaayo ebirungi eby'enkana ki, bwe bitaweebwayo n'omutima ogwo ogusanyusa Katonda, evvumbe lyabyo liyinza okubeera eddungi ennyo eri abantu, naye si eri Katonda. Kino kiba nga bw'onoolaba engeri abaana gye bawa bazadde baabwe ebirabo mu kwagala n'omukwano olw'okubazaala n'okubakuza mu kwagala, nga tebakikola kutuusa mukolo, eno y'eba ensulo ye ssanyu erya ddala eri abazadde abo.

Mu neri y'emu, Katonda tayagala okuwaayo tukufuule ekattala tutuuke n'okugamba nti, "Olwo luwedde, nkoze kye mbadde nina okukola ," wabula tufulumye evvumbe ery'omutima gwaffe ogujjudde okukkiriza, essuubi n'okwagala.

3) Okukirungamu omunnyo
Tusoma mu Eby'abaleevi 2:13, "Era buli ekitone ey'obutta bw'onoowangayo onookirungangamu omunnyo, so tokkirizanga ky'owaayo eky'obutta okubulwa omunnyo ogw'endagaano ya Katonda wo, awamu n'ebitone byo byonna onoowangayo omunnyo."
Omunnyo gubulira mu mmere, era gugiyambako obutonooneka era guwoomya emmere mwegulungiddwa.
"Okukirungamu omunnyo" mu by'omwoyo kiraga "okuleetawo emirembe." Nga omunnyo bwe gulina okusaanuuka okusobola okunoga mu mmere obulungi, okukola omulimu gw'omunyo okubeera nga tuleeta emirembe mu bantu, kitwetaaza ssaddaaka ey'okufa ffe be nnyini. N'olwekyo, ekiragiro kya Katonda nti ekiweebwayo eky'obutta kirungibwemu omunnyo kitegeeza nti tulina okuwaayo ebiweebwayo eri Katonda nga twewaayo nga ssaddaaka okusobola okuleeta emirembe.

Na bwe kityo, tulina okusooka okukkiriza Yesu Kristo ne tubeera mu mirembe ne Katonda nga tulwana okutuuka ku ssa ery'okuyiwa omusaayi nga tweggyako ebibi, obubi, okwaka, n'embeera zaffe ez'edda.

Katugambe waliwo omuntu ayonoona mu bugenderevu, kino Katonda akitwala nga kya muzizzo kyokka n'awaayo eri Katonda ekiweebwayo nga teyeenenyezza bibi bye. Katonda tayinza kukkiriza kiweebwayo kye kubanga emirembe wakati w'omuntu oyo ne Katonda gyamennyeddwawo dda. Era eyo yensonga lwaki eyawandiika Zabuli yagamba nti, "Bwe mba ndowooza obutali butuukirivu mu mutima gwange, MUKAMA taawulire" (Zabuli 66:18). Katonda ajja kukkiriza mu ssanyu okusaba kwaffe n'ebiweebwayo singa tumaze kuva ku bibi, ne tuleetawo emirembe wakati waffe Naye, olwo ne tulyoka tuwaayo ebiweebwayo Gyali. Okuleetawo emirembe wakati wo ne Katonda kyetaagisa buli muntu akole ssaddaaka okufa nga ye. Nga omutume Pawulo bwe yagamba nti, "Nfa bullijjo," okujjako ng'omuntu yeerekerezza n'akola ssaddaaka ey'okufa lwasobola okufuna emirembe wakati we ne Katonda.

Era tulina n'okubeera mu mirembe wakati waffe ne baganda baffe mu kukkiriza. Yesu atugamba mu Matayo 5:23-24, "Kale bw'obanga oleese ssaddaka yo ku kyoto, bw'oyima eyo n'omala ojjukira nga muganda wo akuliko ekigambo, leka awo ssaddaaka yo mu maaso g'ekyoto, oddeyo osooke omale okutabagana ne muganda wo olyoke okomewo oweeyo ssaddaaka yo." Katonda tasanyukire biweebwayo byaffe singa twonoona, tukola obubi, n'okuyigganya baganda baffe mu Kristo.

Ow'oluganda ne bw'aba nga atukoze bubi, tetulina kumukyawa wadde okumwemulugunyaako, era tulina okusonyiwa n'okuba mu miirembe n'omuntu oyo. Tetulina kukkiriza nsonga yonna, okutukuubaganya oba okukosa oba okuleetera baganda baffe ne bannyina ffe mu Kristo okwesittala. Okujjako nga tumaze kutabagana n'abantu bonna era ng'emitima gyaffe gijjudde Omwoyo Omutukuvu, essanyu, n'okwebaza, ebiweebwayo byaffe lwe bijja okuba nga 'birungiddwamu omunnyo.'

Era, mu kiragiro kya Katonda "Okulunga omunnyo" kye kinnyusi ekikulu eky'endagaano, nga bwe tulaba mu "omunnyo ogw'endagaano ya Katonda." Omunnyo gugibwa mu mazzi aga ssemayanja era gategeeza Ekigambo kya Katonda. Nga empooma y'omunnyo bw'eba bulijjo, Ekigambo kya Katonda eky'endagaano nakyo tekikyukakyuka.

"Okulunga n'omunnyo" ekiweebwayo kye tuwaayo, kitegeeza nti tulina okwesiga endagaano etakyukakyuka eya Katonda omwesigwa n'okuwaayo n'omutima gwonna. Mu kuwaayo ekiweebwayo eky'okwebaza, tulina okukkiriza nti Katonda ddala ajja kusukunda, akattire era akubiseemu ekyo ky'omuwadde era atuwe omukisa emirundi 30, 60, ne 100 mw'ekyo kye tuwaddeyo.

Abantu abamu bagamba, "Nze mpaayo buwi nga sisuubira nti oba n'aweebwa omukisa." So nga, Katonda asanyukira nnyo okukkiriza kw'omuntu oyo anoonya mu buwoombeefu emikisa Gye. Abaebbulaniya 11 watugamba nti Musa bwe yeerekereza entebe y'obulangira mu Misiri, yali "anoonya empeera" Katonda gye yali ajja okumuwa. Yesu waffe, era naye eyali atunuulidde empeera, teyafaayo ku kuswazibwa okw'oku musaalaba. Ng'atunuulira ekibala ekinene – ekitiibwa Katonda kye yali ow'okumuwa n'obulokozi bw'abantu – Yesu bwatyo n'agumira ekibonerezo ekibi ennyo eky'omusaalaba.

Kyokka omuntu "atunuulidde empeera" wa njawulo n'oyo ow'omutima ogubalirira gu 'mpa nkuwe' omuntu oyo alindirira okubaako kyafuna kubanga alina kye yawaddeyo. Ne bwe wataba mpeera yonna, omuntu ayagala Katonda abeera mwetegefu n'okuwaayo obulamu bwe. So nga omuntu ategeera omutima gwa Kitaffe Katonda oyo ayayaana okutuwa omukisa n'okutegeera amaanyi ga Ge, omuntu bwanoonya emikisa, ebikolwa bye bijja kwongera okusanyusa Katonda. Katonda yasuubiza nti omuntu anaasiganga ekyo kyakungula, era anaawanga abo abamunoonya. Katonda asanyukira okuwaayo kwaffe mu kukkiririza mu Kigambo Kye, wamu n'okukkiriza kwaffe mwe tusabira emikisa Gye okusinziira ku kisuubizo Kye.

4) Ebyo ebisigalawo ku kiweebwayo eky'obutta bya Alooni ne Batabani Be

Kyo ekiweebwayo eky'okebwa, kiweebwayo kyonna ng'omukka ku kyoto, so nga ekiweebwayo eky'obutta kyaleetebwanga eri kabona era kitono ku kyo kye kyaweebwangayo eri Katonda ku kyoto. Kino kitegeeza nti wadde tulina okuwaayo eri Katonda mu bujjuvu okusaba kwonna okw'enjawulo, ekiweebwayo eky'okwebaza-ekiweebwayo eky'obutta – kiweebwayo eri Katonda okuba nga kikozesebwa mu bwakabaka bwa Katonda n'obutuukirivu, so nga ebitundu ku kyo bikozesebwa ku lwa bakabona, ng'olwaleero be baweereza ba Mukama n'abakola mu kanisa. Nga mu Baggalatiya 6:6 bwe watugamba, "Naye ayigirizibwa ekigambo assenga kimu n'oyo ayigiriza mu birungi byonna," Ba memba b'ekanisa abafunye ekisa okuva eri Katonda bwe bawayo ebiweebwayo eby'okwebaza, abaweereza ba Katonda abasomesa ekigambo kya Katonda bagabana ekiweebwayo eky'okwebaza.

Ebiweebwayo eby'obutta biweebwayo eri Katonda wamu n'ebiweebwayo eby'okebwa, era bikola ng'eky'okulabirako eky'obulamu bw'obuweereza bwa Kristo Yennyini, Kristo Yennyini bwe yatambuliramu. N'olwekyo, olw'okukkiriza tulina okuwaayo ebiweebwayo n'omutima gwaffe gwonna n'amaanyi. Nsuubira nti buli musomi anaasinzanga mu ngeri entuufu okusinziira ku kwagala kwa Katonda era afune emikisa emingi bulijjo nga tuwaayo eri Katonda ebiweebwayo ebifulumya evvumbe eddungi eryo lyasanyukira.

Essuula 5

Ebiweebwayo olw'emirembe

"Era oba ng'awaayo ssaddaaka ey'ebiweebwayo olw'emirembe bw'anaawangayo ku nte, oba nnume oba nkazi, anaawangayo etaliiko bulemu bwonna mu maaso ga MUKAMA."

Eby'abaleevi 3:1

1. Amakulu ag'ebiweebwayo olw'emirembe

Ebyawandiikibwa mu By'abaleevi 3 mateeka agakwata ku kiweebwayo eky'emirembe. Ekiweebwayo olw'emirembe kibaamu okusala ensolo etaliiko bulemu bwonna, okumansira omusaayi gw'ayo okwetooloola ekyoto, n'okuwaayo amasavu gaayo ng'omukka ku kyoto eri Katonda ng'evvumbe eddungi. Wadde ebikolebwa mu kuwaayo ekiweebwayo eky'emirembe bifaanagana n'ebyo ebikolebwa ku kiweebwayo eky'okebwa, waliwo enjawulo eziwera. Abantu abamu bategeera bubi ekigendererwa eky'ekiweebwayo eky'emirembe era nga balowooza y'engeri ey'okufunamu okusonyiyibwa kw'ebibi; ekigendererwa ekikulu eky'ekiweebwayo olw'omusango n'ekiweebwayo olw'ekibi kwe kusonyiyibwa ebibi.

Kyokka ekiweebwayo olw'emirembe, kye kiweebwayo ekigenderera okufuna emirembe wakati wa Katonda naffe, mu kyo abantu balaga okwebaza, n'okweyama mu maaso ga Katonda, era ne bawaayo eri Katonda nga teri abakase. Kino kiweebwayo kyokka, ng'abantu bamaze okusonyiyibwa ebibi okuyita mu biweebwayo olw'ebibi n'ebiweebwayo eby'okebwa era kati nga bawuliziganya butereevu, saako okuba n'okussa ekimu ne Katonda, ekigendererwa ky'ekiweebwayo eky'emirembe kwe kuleetawo emirembe wakati w'abantu ne Katonda basobole okwesiga Katonda n'omutima gwabwe gwonna mu buli mbeera yonna ey'obulamu bwabwe.

Ekiweebwayo eky'obutta ekiri mu By'abaleevi 2 kitwalibwa ng'ekiweebwayo eky'okwebaza, kisinga kumanyibwa nnyo okuba eky'okwebaza Katonda oyo atulokodde, atukuumye, era atuwa emmere eya buli lunaku era kya njawulo ku kiweebwayo olw'emirembe era n'okwebaza okukirimu kwa njawulo. Ebiweebwayo ebirala eby'okwebaza ng'ogyeeko ebiweebwayo ku Sande, tuwaayo ebiweebwayo eby'enjawulo eby'okwebaza, bwe wabeerawo ensonga ez'enjawulo ze twetaaga okwebaliza. Ebyo ebigendera mu biweebwayo eby'emirembe bye biweebwayo kyeyagalire okusanyusa Katonda, n'omuntu bwasalawo okweyawula ne yeekuuma nga mulongoofu okusobola okutambulira mu Kigambo kya Katonda, okusobola okufuna okuva Gyali okuyaayaana kw'omutima gwe.

Wadde nga ebiweebwayo eby'emirembe birina amakulu agassuka mu gamu, ekigendererwa ekisinga obukulu ekirimu kwe kubeera mu mirembe ne Katonda. Bwe tubeera mu mirembe ne Katonda, Atuwa amaanyi agatusobozesa okutambulira mu mazima, n'addamu okuyaayaana kw'emitima gyaffe, era n'atuwa ekisa ne tusobola okutuukiriza okulayira kwonna kwe twakola okubeera nga tutuukiriza Gyali.

Nga 1 Yokaana 3:21-22 bwe watugamba nti, "Abaagalwa, omutima bwe gutatusalira kutusinga tuba n'obugumu eri Katonda, era buli kye tusaba akituwa, kubanga tukwata ebiragiro Bye, era tukola ebisiimibwa mu maaso Ge," Bwe tubeera abavumu mu maaso ga Katonda olw'okuba tutambulidde mu mazima, tujja kubeera mu mirembe, era twerabire ne ku mirimu Gye, mw'ekyo kyonna kye tusaba okuva Gyali. Ate bwe twongera okumusanyusa n'ebiweebwayo eby'enjawulo, kubisaamu akafaananyi obwangu Katonda bwayinza okukozesa okutuddamu n'okutuwa omukisa!

N'olwekyo, kikulu nnyo okubeera nga tutegeera amakulu ag'ekiweebwayo eky'obutta n'ekiweebwayo olw'emirembe era tutegeere enjawulo wakati w'ebiweebwayo eby'obutta n'ebyo ebiweebwayo olw'emirembe, Katonda asobole okusanyukira ebiweebwayo byaffe.

2. Ebiweebwayo mu Kiweebwayo Olw'emirembe

Katonda atugamba mu Eby'abaleevi 3:1, "'Era oba ng'awaayo ssaddaaka ey'ebiweebwayo olw'emirembe bw'anaawangayo ku nte, oba nnume oba nkazi, anaawangayo etaliiko bulemu bwonna mu maaso ga MUKAMA." Ekiweebwayo olw'emirembe, oba ndiga, oba mbuzi, oba nnume oba nkazi, erina kubeera nga teriiko bulemu

(Ebyabaleevi 3:6, 12). Ekiweebwayo mu kiweebwayo eky'okebwa yalinanga kubeera ente nga nnume oba endiga etaliiko bulemu. Kino kiri bwe kityo lwakuba kino kye kiweebwayo ekiba kituukiridde okuba eky'okebwa – mu kusaba okw'omwoyo okw'okusinza – kiraga Yesu Kristo, oyo Omwana wa Katonda ataaliko bbala lyonna.

Kyokka, bwe tuwaayo eri Katonda ekiweebwayo olw'emirembe okusobola okuleetawo emirembe wakati wo Naye, w'aba teweetaaga kwawulamu oba ensolo nnume oba nkazi kasita ekiweebwayo kiba nga tekiriiko bulemu bwonna. Tewabaawo njawulo wakati w'ennume n'enkazi mu kuwaayo ekiweebwayo ekyemirembe era nga kino kiva mu Abaruumi 5:1: "Kale bwe twaweebwa obutuukirivu olw'okukkiriza, tubeerenga n'emirembe eri Katonda ku bwa Mukama waffe Yesu Kristo." Mu kutuukiriza emirembe ne Katonda olw'emirimu gy'omusaayi gwa Yesu ku musaalaba, tewabaawo njawulo wakati w'ebikazi n'ebisajja.

Katonda bwalagira nti ebiweebwayo bibeere nga "tebiriiko bulemu," Abeera ayaayaana tube nga tetuwaayo Gyali ne mmeeme eweddemu amaanyi wabula n'omutima ogw'omwana omulungi. Tetulina kuwaayo nga twemulugunya, oba okuwaayo nga tunoonya abalala okutumanya, kyokka tuweeyo nga tetukakiddwa era olw'okukkiriza. Kikola amakulu ffe okuba nga tuwaayo ekiweebwayo ekitaliiko bulemu bwe tuba tuwaayo ekiweebwayo eky'okwebaza ku lw'ekisa kya Katonda eky'obulokozi bwa Katonda. Ekiweebwayo ekiweebwa Katonda tubeere nga tumwesiga mu buli mbeera yonna ey'obulamu bwaffe, asobole okubeera naffe era atukuume ekiseera kyonna, era tubeere nga tusobola okutambulira mu kwagala Kwe, kirina okubeera nga kye kisingayo obulungi kye tusobola okuwaayo era kiweebweyo n'obwegendereza bwaffe era n'omutima gwaffe gwonna.

Bwe tuba tugeraageranya ebiweebwayo, ekiweebwayo ekyokebwa n'ekiweebwayo eky'emirembe, waliwo ensonga ennungi gye tulina okwetegereza: amayiba tegali mu kiweebwayo ekisembyeyo. Lwaki ekyo kiri bwe kityo? Omuntu ne bw'aba mwavu atya, ekiweebwayo eky'emirembe kirina okuweebwayo abantu bonna era eyo yensonga lwaki Katonda yakkiriza okuwaayo amayiba ery'omuwendo omutono ddala.

Eky'okulabirako, omuntu eyakatambulira mu bulamu mu Kristo, ng'alina okukkiriza okunafu, era nga kutono n'aba nga ku kanisa ajja lwa Sande lwokka, Katonda akitwala nti omuntu oyo awaddeyo ekiweebwayo eky'okebwa. Bwe kiba ng'ekiweebwayo ekyokebwa kiweebwayo eri Katonda abakkiriza bwe babeera nga batambulira mu Kigambo kya Katonda mu bujjuvu, ne bafuna okussa ekimu ne Katonda, era ne basinza mu mwoyo n'amazima, bwe kituuka ku muntu eyakakkiriza nga akuuma lunaku lwa Mukama nga lutukuvu kyokka, Katonda ajja kukitwala ng'okuwaayo ejjuba ery'omuwendo omutono ng'ekiweebwayo eky'okebwa era n'amutwala eri ekkubo ery'obulokozi.

Wabula wadde guli gutyo, ekiweebwayo eky'emirembe si kiweebwayo ekikakata ku buli muntu, wabula omuntu akiwaayo kyeyagalire. Kiweebwayo eri Katonda omuntu okusobola okufuna okuddibwamu n'emikisa olw'okusanyusa Katonda. Singa ejjuba ery'omuwendo omutono lyali lisobola okuweebwayo, kyandibadde tekikyali kiweebwayo eky'enjawulo era ekirina ekigendererwa, era eyo yensonga lwaki amayiba gaalekebwa bbali.

Katugambe omuntu abadde eyagala okuwaayo ekiweebwayo olw'okwagala okutuukiriza ekirayiro oba obweyamo, okwagala ennyo kw'aba nakwo, oba olw'okwagala okufuna okuwonyezebwa kwa Katonda endwadde etawona oba ey'olukonvuba. Mutima gwa kika ki oguwaayo ekiweebwayo ekyo? Kirina okutegekebwa mu ngeri ey'omuntu okwewaayo yenna okusingako ne ku kiweebwayo eky'okwebaza ekiweebwayo olumu n'olumu. Katonda ajja kusanyuka nnyo singa tumuwa ente ennume oba okusinziira ku busobozi bw'omuntu, tusobola okumuwa ente enkazi, endiga oba embuzi, naye ekiweebwayo eky'ejjuba kirina omuwendo mutono.

Kale, tetugamba nti "omuwendo" oguli mu kiweebwayo

gusinziira ku beeyi yaakyo. Naye omuntu bwategeka ekiweebwayo n'omutima gwe gwonna saako ebirowoozo nga mwegendereza nnyo okusinziira ku mbeera ye, Katonda ajja kusiima omuwendo gw'ekiweebwayo okusinziira ku vvumbe ery'omwoyo erikirimu.

3. Okuwaayo Ekiweebwayo Olw'emirembe

1) Okuteeka engalo ku Mutwe Ogw'ekiweebwayo Olw'emirembe N'okukibaagira ku Mulyango gwa Weema Ey'okusisinkaniramu

Omuntu aleese ekiweebwayo n'akiteekako omukono gwe ku mutwe ku mulyango ogwa weema ey'okusisinkaniramu, abeera addira ebibi bye ng'abiteeka mu nsolo. Omuntu awaayo ekiweebwayo eky'emirembe bwateeka engalo ku kiweebwayo, abeera ataddewo ekisolo okukiwaayo eri Katonda nga bwatyo akisizeeko amafuta.

Ebiweebwayo byaffe kwe tuteeka emikono birina okubeera ebisanyusa mu maaso ga Katonda, tetulina kukitunuulira muwendo gwakyo okusinziira ku birowoozo eby'obuntu wabula nga tulung'amizibwa Omwoyo Omutukuvu. Ekiweebwayo eky'ekikula ekyo kijja kukkirizibwa Katonda, ekyo ekyawuddwa era ekirondeddwa.

Oluvannyuma lw'okuteeka engalo ku mutwe gw'ekiweebwayo, omuntu awaayo agibaagira ku mulyango gwa Weema ey'okusisinkaniramu. Mu biseera by'Endagaano Enkadde, nga bakabona bokka be bakkirizibwa okuyingira Yeekaalu era bwe batyo abantu nga ensolo bazibaagira ku mulyango gwa Weema ey'okusisinkaniramu. Wabula, engeri ekisenge ky'ebibi ekyali kiyimiridde wakati waffe ne Katonda kyayonoonebwa Yesu Kristo, leero tusobola okuyingira yeekaalu, okusinza Katonda, era n'okuba n'okussa ekimu Naye.

2) Abaana ba Alooni Bamansa Omusaayi okwetooloola Ekyoto

Eby'abaleevi 17:11 watugamba, "Kubanga obulamu bw'ennyama buba mu musaayi, era ngubawadde ku kyoto okutangiriranga obulamu bwa mmwe, kubanga omusaayi gwe gutangirira olw'obulamu." Abaebbulaniya 9:22 n'awo wagamba, "Era mu mateeka kubulako katono ebintu byonna okunaazibwa omusaayi, era awataba kuyiwa musaayi tewabaawo kusonyiyibwa," Era watujjukiza nti olw'omusaayi gwokka lwe tusobola okunaazibwa. Mu kuwaayo olw'emirembe eri Katonda olw'okufuna okussa ekimu okw'omwoyo ne Katonda, okumansira omusaayi kyetaagisa kubanga ffe, ng'ekolagana yaffe ne Katonda yali yayonoonebwa, tetusobola kubeera mu mirembe Naye awatali mirimu gya musaayi gwa Yesu Kristo.

Bakabona baamansiranga omusaayi okwetooloola ekyoto ng'akabonero nti yonna ebigere byaffe gye binaatutwala ne mu mbeera yonna mwe tuneesanga, emirembe ne Katonda ginaabeerangawo. Okuba akabonero nti Katonda bulijjo abeera naffe, atambula naffe, atukuuma, era atuwa omukisa buli yonna gye tugenda, ne mu buli kimu kye tukola, na buli omu gwe tuba naye, omusaayi kwe kumansibwa okwetooloola ekyoto.

3) Ekyo ekiva ku Saddaaka Ey'ekiweebwa olw'emirembe, ekiweebwayo kiweebwayo eri Katonda na Muliro

Eby'abaleevi 3 wanyonnyola mu bujjuvu ku ngeri ez'okuwaayo si nte yokka, wabula n'endiga saako embuzi ng'ekiweebwayo eky'emirembe. Engeri engeri zino kyenkana bwe zifaanagana, essira katuliteeke ku kuwaayo ente nga ekiweebwayo eky'emirembe. Mu kugeraageranya ebiweebwayo olw'emirembe n'ebyo ebiweebwayo eby'okebwa, tukimanyi nti ebitundu byonna eby'ekiweebwayo byaweebwangayo eri Katonda. Amakulu g'ekiweebwayo eky'okebwa kwe kusaba okw'omwoyo okw'okusinza, era nga okusinza kwonna kuweebwa Katonda yekka, bwe bityo ebiweebwayo byayokebwanga byonna n'ebiggwawo.

So nga, mu kuwaayo ebiweebwayo olw'emirembe, si nti buli kitundu kyonna eky'ekiweebwayo kiweebwayo. Nga bwe twasomye mu Eby'abaleevi 3:3b-4, "amasavu agabikka ku byenda n'amasavu gonna agali ku byenda, n'ensigo zombi, n'amasavu agaziriko, agaliraana ekiwato, n'ekisenge ekiri ku kibumba, awamu n'ensigo, anaabiggyangako," amasavu agabika ku bitundu eby'omugaso eby'ensolo, nga agabika ku byenda gabeera gaakuweebwayo eri Katonda nga evvumbe eddungi. Okuwaayo amasavu agabikka ku bitundu eby'enjawulo kabonero akalaga nti tulina okubeera mu mirembe ne Katonda yonna gye tubeera ne mu mbeera zonna ze twesangamu.

Okubeera mu mirembe ne Katonda nakyo kitwetaagisa okuba mu mirembe n'abantu bonna era tunoonye obutuukirivu. Okujjako nga tuli mu mirembe n'abantu bonna lwe tusobola okufuuka abatuukiridde ng'abaana ba Katonda (Matayo 5:46-48).

Nga amasavu agavudde ku kiweebwayo ekirina okuweebwa Katonda gamaze okugibwako, ebitundi ebiweebwa ba kabona nabyo bigibwako. Tusoma mu Eby'abaleevi 7:34, "Kubanga ekifuba ekiwuubibwawuubibwa n'ekisambi ekisitulibwa bye nziye ku baana ba Isiraeri ku ssaddaaka z'ebyo bye bawaayo olw'emirembe, n'embiwa Alooni kabona n'abaana be, okuba ebbanja emirembe gyonna eri abaana ba Isiraeri." Nga ekitundu ky'obutta bwe kyarekebwangawo okuba ekya bakabona, ebitundu ku kiweebwayo olw'emirembe ebiweebwa eri Katonda biterekebwa ku lw'abakabona n'abaleevi, nga bano be baweereza Katonda n'abantu Be.

Kino kye kimu ne mu biseera eby'Ndagaano Empya. Okuyita mu biweebwayo abakkiriza bye bawaayo eri Katonda, omulimu gwa Katonda ku lw'okulokola emyoyo gukolebwa, wamu n'okulabirira obulamu bw'abaweereza ba Mukama n'abakozi b'ekanisa. Oluvannyuma lw'okuggyako ebyo eby'okukola omulimu gwa Katonda n'okubeezaawo bakabona, ebisigaddewo biriibwa abantu abaawaddeyo ekiweebwayo; bino bikolebwa ku kiweebwayo olw'emirembe kyokka. Omuntu aleese ekiweebwayo ate okukirya kabonero akalaga nti Katonda ajja kulaga nti ddala ekiweebwayo kimusanyusizza okuyita mu bukakafu nga addamu okusaba kwaffe n'okutuwa emikisa.

4. Amateeka ku Masavu n'Omusaayi

Ekisolo bwe kyattibwanga okuba ekiweebwayo eri Katonda, kabona yamansiranga omusaayi gwakyo okwetooloola ekyoto. Era, ng'amasavu gonna gabeera ga MUKAMA, nga gatwalibwa nga ga muwendo era nga gookyebwa ku kyoto ng'evvumbe eddungi eryo erisanyusa Katonda. Abantu mu biseera Eby'andagaano Enkadde tebaalyanga masavu, wadde omusaayi, kubanga omusaayi n'amasavu bikwatagana na bulamu. Omusaayi gwe guyimirirawo okulaga obulamu bw'omubiri n'amasavu, era olw'okuba mukulu nnyo mu mubiri, n'agwo gulinga bulamu. Amasavu ge gayamba obulamu okutambula obulungi.

Makulu ki ag'omwoyo agali mu "masavu"?

"Amasavu" okusooka gategeeza okwegendereza okusingirayo ddala okwo okw'omutima ogutuukiridde. Okuwaayo amasavu mu kiweebwayo ku muliro kitegeeza tuwaayo eri Katonda buli kimu na buli kimu kye tuli. Kitegeeza okwegendereza okusingirayo ddala n'omutima gwonna ogwo ogukozesebwa okuwaayo ebiweebwayo ebisaanidde mu maaso ga Katonda byasobola okukkiriza. Wadde ebiweebwayo mu kwebaza ku kyoto okusobola okufuna emirembe olw'okusanyusa Katonda oba omuntu okusobola okwewaayo eri Katonda yenna bikulu, ate ekisingawo obukulu kye kika ky'omutima n'obwegendereza by'okozesa ng'owaayo ekiweebwayo. Omuntu ayonoonye mu maaso ga Katonda awaayo ekiweebwayo okusobola okubeera mu mirembe ne Katonda, ekiweebwayo ekyo kirina okuweebwayo n'okwewaayo kungi saako omutima nga gutuukiridde ddala. Kituufu, okusonyiyibwa ebibi kyetaagisa okuwaayo ekiweebwayo olw'ekibi oba ekiweebwayo olw'omusango. Kyokka, wabeerawo embeera ng'omuntu tayagala kusonyiyibwa bibi kyokka, wabula n'okuleetawo emirembe egya ddala ne Katonda nga amusanyusa. Eky'okulabirako, omwana bwanyiiza kitaawe era n'amukosa nnyo omutima, omutima gwa taata guyinza okubuguma era n'afuna emirembe egya nnama ddala singa afuba nga bwasobola okulaba nti asanyusa kitaawe, mu kifo ky'okugamba obugambi nti gumusinze n'asonyiyibwa olw'ekibi kye yakoze.

Era, "amasavu" gategeeza okusaba n'obujjuvu bw'Omwoyo Omutukuvu. Mu Matayo 25 tulaba abawala embeerera abataano abagezigezi abaatwalira amafuta mu ccupa zaabwe singa gabeera nga gaweddemu ma mataala gaabwe, n'abawala abalala abataano nga basirusiru abataatwala mafuta gakwekuumisa bwe batyo ne basubwa embaga. Waano, "amafuta" mu mwoyo kitegeeza okusaba n'obujjuvu bw'Omwoyo Omutukuvu. Okujjako nga tujjuziddwa Omwoyo Omutukuvu okuyita mu kusaba era ne tubeera nga tutunula essaawa yonna lwe tusobola okwewala ensi eyonooneddwa ennyo era ne tulindirira Mukama waffe, nga ye mugole omusajja, olw'okuba tujja kuba twetegese bulungi ffe abagole Be.

Okusaba kulina okugoberera ekiweebwayo olw'emirembe ekiweebwa Katonda okusobola okusanyusa Katonda n'okufuna okuddamu Kwe. Essaala terina kubeera yakutuusa mukolo; Erina okuweebwayo n'omutima gwonna na buli kimu kye tulina na buli ekyo kyonna kye tuli, nga entuuyo za Yesu bwe zafuuka ng'amatondo g'omusaayi, agagwa ku ttaka bwe yali asaba e Gesesemaani. Omuntu yenna asaba mu ngeri eno ddala ajja kulwana era yeggyeko ebibi, atukuzibwe, era afune okuva waggulu okulug'amizibwa n'obujjuvu bw'Omwoyo Omutukuvu. Omuntu ow'ekika ekyo bwawa Katonda ekiweebwayo olw'emirembe, Ajja kuddamu okusaba kwe mu bwangu.

Ekiweebwayo olw'emirembe kye kiweebwayo eri Katonda kye tumuwa nga tumwesize mu bjjuvu, tusobole okutambulira mu bulamu obw'omuwendo nga tutambula Naye era wansi w'obukuumi Bwe. Mu kuleetawo emirembe wakati wo ne Katonda, olina okukyuka okuva mu makubo gaffe ago agatasanyusa mu maaso Ge; Tulina okuwaayo ebiweebwayo Gyali n'omutima gwaffe gwonna n'essanyu, era tufune obujjuvu bw'Omwoyo Omutukuvu okuyita mu kusaba. Olwo nno tujja kujjula essuubi ery'Eggulu era tutambulire mu bulamu obuwanguuzi olw'okuba twaleeseewo emirembe wakati waffe ne Katonda. Ka nsuubire nti buli musomi bulijjo ajja kufunanga okuddibwamu kwa Katonda n'emikisa nga tusabira okulung'amizibwa mu bujjuvu Omwoyo Omutukuvu n'okuwaayo Gyali ebiweebwayo olw'emirembe ebisanyusa mu maaso Ge.

Essuula 6

Ekiweebwayo Olw'ebibi

"Omuntu yenna bw'anaayonoonanga nga tamanyiridde mu kigambo kyonna ku ebyo MUKAMA bye yalagira obutabikolanga, n'amala akola kyonna ku ebyo, kabona eyafukibwako amafuta bw'anaayonoonanga n'okuleeta n'aleetera abantu omusango, awo awengayo olw'ekibi kye ky'ayonoonye ente ennume envubuka eteriiko bulemu eri MUKAMA okuba ekiweebwayo olw'ekibi."

Eby'abaleevi 4:2-3

1. Amakulu N'ebika By'ekiweebwayo Olw'ekibi

Olw'okukkiriza kwaffe mu Yesu Kristo n'omulimu gw'omusaayi Gwe, twasonyiyibwa ebibi byaffe byonna era ne tutuuka ku bulokozi. Wabula wadde guli gutyo, okukkiriza kwaffe okusobola okusiimibwa nti kutuufu, tetulina kwatula na kamwa kaffe kokka nti, "nzikkiriza," wabula tukirage ne mu bikolwa saako amazima. Bwe tulaga mu maaso ga Katonda ng'obukakafu ebikolwa eby'okukkiriza ebyo Katonda byasobola okusanyukira, Ajja kulaba okukkiriza okwo era atusonyiwe.

Tuyinza tutya okufuna okusonyiyibwa ebibi olw'okukkiriza? Kituufu buli mwana wa Katonda bulijjo alina okutambuliranga mu musana era talina kwonoona. Kyokka, singa wabeerawo ekisenge ekiyimiridde wakati wa Katonda n'omukkiriza nga kyaleetebwa bwe yayonoonanga nga tannatuukirira, yeetaaga okumanya eddagala era bwatyo n'akikolako. Eddagala asobola kulisanga mu Kigambo kya Katonda ekyogera ku kiweebwayo olw'ekibi.

Ekiweebwayo olw'ekibi, nga bwe tukisomako, kye kiweebwayo ekiweebwa ewa Katonda ng'ekitangirira olw'ebibi bye tuzze tukola mu bulamu bwaffe, era nga engeri gye tukiwaayo esinziira ku buvunaanyizibwa obwatuweebwa Katonda n'ekigera okukkiiza ekya buli muntu.

Eby'abaleevi 4 wanyonnyola engeri ekiweebwayo olw'ekibi bwe kiweebwayo kabona eyalondebwa, ekibiina kyonna, omukulembeze, n'abantu aba bulijjo.

2. Ekiweebwayo Olw'ekibi ekya Kabona Eyalondebwa

Katonda agamba Musa mu By'abaleevi 4:2-3, "Buulira abaana ba Isiraeri nti, "Omuntu yenna bw'anaayonoonanga nga tamanyiridde mu kigambo kyonna ku ebyo MUKAMA bye

yalagira obutabikolanga, n'amala akola kyonna ku ebyo, kabona eyafukibwako amafuta bw'anaayoonanga n'okuleeta n'aleetera abantu omusango, awo awengayo olw'ekibi kye ky'ayonoonye ente ennume envubuka eteriiko bulemu eri MUKAMA okuba ekiweebwayo olw'ekibi." '"
Wano, "abaana ba Isiraeri" mu mwoyo kitegeeza abaana ba Katonda bonna. Ekiseera "omuntu w'ayonoonera nga tamanyiridde mu kigambo kyonna ebyo MUKAMA bye yalagira obutakolebwanga, n'akolako ekimu ku byo" kitegeeza buli wonna amateeka ga Katonda we gaawandiikibwa mu bitabo 66 ebya Bayibuli, Oyo kye yalagira "obutakolanga," g'aba gamenyeddwa.

Kabona – mu makulu aga leero, ye muweereza asomesa era abuulira Ekigambo kya Katonda – bwamenya amateeka ga Katonda, empeera y'ekibi etuuka ne ku bantu. Kubanga abeera tasomesezza kisibo kye mu mazima oba naye yennyini abeera tatambulidde mu Kigambo kya Katonda, ekibi kye kibeera kinene; wadde ng'ebibi yabikola tamanyi, ate nga kiswaza nnyo nti omuweereza abadde tategeeranga kwagala kwa Katonda.

Eky'okulabirako, singa omuweereza asomesa mu bukyamu amazima, ekisibo kye kijja kukkiririza mu kigambo kye; Bwe batyo, bajeemera okwagala kwa Katonda; era ekanisa yonna ejja kuzimba ekisenge eky'ebibi mu maaso ga Katonda. Atugamba nti, "Mubeere batukuvu," "Temusemberera kika kya bubi bwonna," ne "Musabenga obutayosa." Kati kiki ekiyinza okuddako, singa omuweereza agamba nti, "Yesu yatununula mu bibi byaffe byonna. Kale tujja kulokolebwa kasita tuba nga tugenda ku kanisa"? Nga Yesu bwatugamba mu Matayo 15:14, "Naye omuzibe w'amaaso bw'akulembera muzibe munne bombi baligwa mu bunnya," empeera y'ekibi ey'omuweereza ebeera nnene kubanga bombi omuweereza, n'ekisibo bajja kugwa okuva ku Katonda. Kale omuweereza bwayonoona "n'aleeta omusango ku bantu," alina okuwaayo eri Katonda ekiweebwayo olw'ekibi.

1) Ente Ennume etaliiko Bulemu nga Bw'eweebwayo nga Ekiweebwayo Olw'ekibi

Kabona eyafukibwako amafuta bw'ayonoona, kibanga "okuleeta ku bantu omusango" era alina n'okumanya nti empeera y'ekibi kye ddala eba nnene. Mu 1Samwiiri 2-4 tulaba ekyatuuka ku baana ba Eri kabona bwe baayonoona nga batwala ebiweebwayo ebyalinga biweereddwayo eri Katonda bbo ne babyeddiza. Isiraeri baagiwangula aba Firisuuti, batabani ba Eri ne battibwa mu lutalo n'abasirikale ba Isiraeri 30,000 be baafiira mu lutalo olwo. Kyokka nga ne Ssanduuko ya Katonda yatwalibwa, Isiraeri yonna n'eryoka ebonaabona.

Eyo yensonga lwaki ekiweebwayo ekitangirira kyalina okubeera ekisingayo omuwendo: ente ennume etaliiko bulemu bwonna. Mu biweebwayo byonna, Katonda asinga kusanyukira ente ennume n'endiga ennume, era omuwendo gw'ente ennume gwe gusinga obunene. Bwe kityo ekiweebwayo olw'ekibi, kabona talina kumala gawaayo nnume yonna wabula ente ennume etaliiko bulemu bwonna; kino mu makulu ag'omwoyo kiraga nti ebiweebwayo tebiyinza kumala gaweebwayo okutuukiriza omukolo, oba ng'omuntu tasanyuse; buli kiweebwayo kirina kubeera ekiweebwayo ekiramu mu bulamba bwakyo.

2) Okuwaayo Ekiweebwayo Olw'ekibi

Kabona anaaleetanga ente eri omulyango gwa Weema ey'okusisinkaniramu mu maaso ga MUKAMA; awo anaateekanga engalo ze ku mutwe gw'ente, n'attira ente mu maaso ga MUKAMA, awo kabona eyafukibwako amafuta anaatoolanga ku musaayi gw'ente, n'aguleeta eri weema ey'okusisinkaniramu, awo kabona anannyikanga engalo ye mu musaayi, n'amansira ku musaayi emirundi musanvu mu maaso ga MUKAMA, mu maaso g'eggigi ly'awatukuvu (Eby'abaleevi 4:4-6).

Okuteeka engalo ku mutwe gw'ente ennume kabonero akalaga okuteeka ebibi by'omuntu ku nsolo. Olw'okuba omuntu ayonoonye alina okufa, kati okuteeka emikono ku mutwe gw'ekiweebwayo, omuntu oyo asonyiyibwa ebibi ng'ateeka ebibi bye ku nsolo olwo n'alyoka agitta.

Bwatyo kabona afuna ogumu ku musaayi, n'annyikamu engalo ye, n'agumansira mu Yeekaalu munda mu weema ey'okusisinkanirangamu, mu maaso g'egigi lya Yeekaalu. "Egigi lya Yeekaalu" lwe lugoye olugumu olwawulamu Yeekaalu ku Watukuvu wa Watukuvu. Ebiweebwayo tebiweebwayo munda mu Yeekaalu, wabula ku kyoto mu luggya lwa yeekaalu; kyokka kabona ayingira Yeekaalu n'omusaayi ogw'ekiweebwayo olw'ekibi, n'agumansira mu maaso g'egigi lya Yeekaalu, mu maaso ga Awatukuvu wa Watukuvu nga awo Katonda watuula.

Okuteeka engalo mu musaayi kabonero akalaga ekikolwa eky'okusonyiyibwa. Kabonero akalaga nti omuntu teyeenenya na mimwa kyokka oba na birayiro byokka, wabula abala n'ebibala eby'okwenenya nga yeggyako ebibi n'obubi. Okuteeka engalo mu musaayi n'okugumansira "emirundi musanvu" – "musanvu" gwe muwendo ogulaga okutuukirira mu nsi ey'omwoyo – kiraga nti omuntu yegiddeko ddala ebibi bye. Omuntu asobola okufuna okusonyiyibwa okutuukiridde oluvannyuma lw'okweggyako ebibi bye n'ataddamu kwonoona.

Era kabona asiiga omusaayi ne ku mayembe g'ekyoto eky'okwoterezangako eby'akaloosa mu maaso ga MUKAMA ekiri mu weema ey'okusisinkanirangamu, n'omusaayi gwonna ogw'ente anaaguyiwanga ku ntobo y'ekyoto ekiweerwako eby'okebwa ekyoto ekiri ku mulyango gw'eweema ey'okusisinkanirako (Eby'abaleevi 4:7). Ekyoto okwotereza eby'akaloosa kye kyoto ekyategekebwa okwoterezaako ebyakaloosa; obubaane bwe bwayokebwanga, Katonda ng'akaloosa ako akakkiriza. Era, amayembe mu Bayibuli kitegeeza kabaka n'ekitiibwa kye saako obuyinza bwe; babeera boogera ku Kabaka, Katonda waffe (Okubikkulirwa 5:6). Okuteeka omusaayi ku mayembe ku kyoto okwotereza ebyakaloosa kikola ng'akabonero akalaga nti ekiweebwayo kikkiriziddwa Katonda, Kabaka waffe.

Kati olwo, olwaleero tuyinza tutya okwenenya mu ngeri Katonda gyajja okukkiriza? Nga bwe kyogeddwa nti ekibi n'obubi byagibwangawo olw'okuteeka engalo mu musaayi gw'ekiweebwayo olw'ekibi n'okugumansira. Oluvannyuma lw'okwefumiitiriza n'okwenenya ebibi, tulina okujja mu yeekaalu ne twenenya ebibi byaffe mu kusaba. Nga omusaayi gw'ekiweebwayo bwe gwateekebwanga ne ku mayembe, Katonda okusobola okukikkiriza, tulina okujja mu maaso g'obuyinza bwa Katonda waffe Kabaka era ne tuwaayo Gyali okusaba okw'okwenenya. Tulina okujja mu yeekaalu, ne tufukamira, ne tusaba mu linnya erya Yesu Kristo wakati mu mirimu gy'Omwoyo Omutukuvu oyo akkiriza omwoyo w'okwenenya okutukako.

Naye kino tekitegeeza nti tulina kulinda kumala kutuuka mu yeekaalu olwo ne tulyoka twenenya. Wetutegeerera nti twonoonye mu maaso ga Katonda, tulina okwenenya amangu ddala era ne tukyuka okuva mu bibi byaffe. Wano okujja mu yeekaalu kyogera ku ssabbiiti olunaku lwa Mukama.

Wadde mu biseera by'Endagaano Enkadde nga bakabona abalonde bokka be basobola okuwuliziganya ne Katonda, naye kati engeri Omwoyo Omutukuvu gye yafuna ekifo ky'okubeeramu mu mitima gyaffe, olwaleero tusobola okuba n'okusa ekimu ne Katonda obutereevu wakati mu mirimu gy'Omwoyo Omutukuvu. Okusaba okw'okwenenya nakwo kusobola okusabibwa ng'omuntu ali yekka wakati mu mirimu gy'Omwoyo Omutukuvu. Kyokka jjukira nti, okusaba kwonna okukolebwa kutuukirizibwa olw'okukuuma olunaku lwa Mukama nga lutukuvu.

Omuntu atakuuma Lunaku lwa Mukama nga lutukuvu tabeera na bukakafu nti mwana wa Katonda mu mwoyo era tasobola kufuna kusonyiyibwa ne bw'asaba essaala ey'okwenenya nga ali yekka.

Okwenenya kukkirizibwa Katonda singa tewabaawo kubuusabuusa si nga yeenenyeza yekka bw'akitegeera nti ayonoonye, wabula ne bwajja ne yeenenya mu butongole mu yeekaalu ya Katonda ku lunaku lwa Mukama.

Omusaayi bwe gumala okuteekebwa ku mayembe ku kyoto okwotereza eby'akaloosa, omusaayi gwonna aguyiwa ku ntobo y'ekyoto okwokerwa ebiweebwayo ebyokebwa. Kino kye kikolwa eky'okuwaayo omusaayi gwonna eri Katonda, nga bwe bulamu bw'ekiweebwayo, era nga mu mwoyo kano kabonero akalaga nti twenenyereza ddala n'omutima gwonna ogwewaddeyo. Okufuna okusonyiyibwa ebibi ebikoleddwa mu maaso ga Katonda kwetaaga okuwaayo omutima gwaffe gwonna saako emmeeme, saako amaanyi gaffe gonna agasingirayo ddala. Omuntu yenna awaddeyo eri Katonda okwenenya okutufu tasobola kuddamu kukola ekibi ekyo kye kimu mu maaso ga Katonda.

Ekiddako, kabona aggyako amasavu gonna ag'ente ey'ekiweebwayo olw'ekibi awo kabona anaabyokeranga ku kyoto ekiweerwako eby'okebwa, nga bwe kikolebwa ne ku kiweebwayo olw'emirembe, era n'abireeta ebweru w'olusiisira evvu weriyiibwa, era kabona abyokera ku nku ku kyoto ekiweerwako ebyokebwa, eddiba ly'ente, n'ennyama yaayo yonna, wamu n'omutwe gwayo, n'amagulu gaayo, n'ebyenda byayo n'obusa bwayo byonna aby'okera eyo (Eby'abaleevi 4:8-12). "Abyokera ku nku ku kyoto" kabonero akalaga nti mu mazima, embala y'omuntu yennyini ey'onoonebwa era amazima gokka ge gawonawo.

Nga amasavu ku kiweebwayo olw'emirembe bwe gagibwako, amasavu ku kiweebwayo olw'ekibi n'ago gagibwako ne g'okyebwa ku nku ku kyoto. Okuwaayo amasavu g'ente ku nku ku kyoto kitugamba nti okwenenya kwokka okuweereddwayo n'omutima gwaffe gwonna, emmeeme, n'okwagala okusingirayo ddala kwe kujja okukkirizibwa mu maaso ga Katonda.

Byo ebitundu byonna eby'ekiweebwayo mu kiweebwayo

ekyokebwa byateekebwanga ku muliro ku kyoto, kyokka mu kiweebwayo olw'ekibi ebitundu byonna okujjako amasavu n'ensigo byokebwa ku nku ku muliro, ebweru w'olusiisira webayiwa evvu. Lwaki kiri bwe kityo?

Engeri ekiweebwayo ekyokebwa bweri saaviisi ey'omwoyo ekolebwa okusinza n'okusanyusa Katonda okusobola okufuna okussa ekimu Naye, omukka oguva mu kukyokya guva ku kyoto ekiri munda wa yeekaalu. Kyokka, engeri ekiweebwayo olw'ebibi gye kiri eky'okununula abantu okuva mu bibi ebitabangako biyonjo, tekisobola kwokyebwa ku kyoto ekiri munda wa yeekaalu era bakyokya kyonna mu kifo ekiri ewala n'abantu.

N'olwaleero, tulina okufuba ennyo okwegirako ddala ebibi bye twenenyeza mu maaso ga Katonda. Tulina okwokera ddala n'omuliro ogw'Omwoyo Omutukuvu okwemanya, amalala, n'eby'edda ebyatulimu nga tukyali ba nsi, nga tweggyako ebikolwa eby'omubiri omwonoonyi ebitali birungi mu maaso ga Katonda, n'ebiringa ebyo. Ssaddaaka eweebwa ku muliro – ente – yeetikiddwa ebibi by'omuntu eyagitaddeko omukono. N'olwekyo, okuva ku ssaawa eyo, omuntu oyo alina okuvaayo nga ssaddaaka ennamu eyo Katonda gyasanyukira.

Olwo ekyo okusobola okukituukako mu nnaku zino, tulina kukola tutya?

Amakulu ag'omwoyo wakati w'embala y'ente ennume erina okuweebwayo n'embala ya Yesu, oyo eyafa okusobola okutununula okuva mu kibi, bimaze okunyonyolwa. N'olwekyo, bwe tuba nga tumaze okwenenya era nga tutadde ku muliro ebitundu byonna eby'ekiweebwayo, okuva kw'olwo, ng'ekiweebwayo ekiweereddwayo eri Katonda, tulina okukyusibwa mu ngeri y'emu Mukama waffe nga bwe yafuuka ekiweebwayo olw'ekibi. Nga tunnyiikira okuweereza ba memba b'ekanisa ku lwa Mukama waffe, tulina okuganya abakkiriza okwetikkula emigugu gyabwe nga tubawa amazima gokka n'ebintu ebirungi. Nga twewaayo eri ba memba b'ekanisa n'okubayamba okuteekateeka emitima-ennimiro ennungi mu maziga, mu bugumiikiriza, mu kusaba, tulina okukyusa ab'oluganda ne bafuuka ab'amazima, abaana ba Katonda abatukuziddwa. Olwo nno Katonda okwenenya kwaffe anaakutwala nga kutuufu era atulung'amye eri ekkubo ery'emikisa.

Ne bwe tuba nga tetuli baweereza, nga bwe tusoma mu 1 Peetero 2:9, "Naye mmwe muli ggwanga ddonde, bakabona ba kabaka, kika kitukuvu," ffenna wamu abakkiririza mu Mukama tulina okufuuka abatuukiridde nga bakabona era tufuuke abaana ba Katonda abatuufu.

Era, ekiweebwayo ekiweebwa Katonda kirina okugobererwa okwenenya nga tutangirira ebibi by'omuntu. Omuntu yenna eyeenenyeza ddala n'okwejjusa lwaki yakola ebibi ajja kuwulira okulumirizibwa okuwaayo ekiweebwayo, era ebikolwa eby'ekika ekyo, bwe bigobererwa omutima ogw'ekika ekyo guyinza okutwalibwa nga ogwo ogunoonya okwenenya mu maaso ga Katonda okujjuvu.

3. Ekiweebwayo Olw'ekibi eky'ekibiina Kyonna

"Era oba ng'ekibiina kyonna ekya Isiraeri kinaasobyanga, ekigambo ne kikwekebwa mu maaso g'ekibiina, era nga bakoze ekigambo kyonna ku ebyo MUKAMA bye yalagira obutabikolanga, era nga bazzizza omusango, ekibi kye boonoonye bwe kinaamanyibwanga, awo ekibiina kinaawangayo ente ennume envubuka okuba ekiweebwayo olw'ekibi, ne bagireetanga mu maaso g'eweema ey'okusisinkanirangamu" (Eby'abaleevi 4:13-14).

Mu makulu ag'ennaku zino, "ekibi ky'ekibiina kyonna" kitegeeza okwonoona ng'ekkanisa yonna. Eky'okulabirako, waliwo ebiseera okwekutulamu bwe kuleetebwa mu kanisa wakati w'abaweereza, abakadde, ba dinkoni abakulu era ne kutabulatabula ekkanisa yonna. Okwekutulamu okw'ekika ekyo bwe kutandika mu kanisa era enkaayana n'ezibalukawo, olwo ekkanisa yonna emaliriza eyonoonye bw'etyo n'ezimba ekisenge ekiwanvu eky'ekibi mu maaso gaabwe ne Katonda kubanga ba memba b'ekanisa bangi bwatwalirizibwa enkaayana ezo, era ne boogera bubi oba ne batereka obukyayi ku banaabwe.

Katonda ye yatulagira okwagala n'abalabe baffe, okuweereza abalala, okwetowaaza, okubeera mu mirembe n'abantu bonna, era tunoonye obutuukirivu. Nga kiswaza era Katonda akinenya abaweereza ba Mukama n'ekisibo kyabwe okwekutulamu oba ab'oluganda mu Kristo okuba n'enkaayana wakati waabwe! Embeera ng'eyo bw'etuukawo mu kanisa, tejja kufuna bukuumi bwa Katonda; tewajja kubeera kudda buggya era ebizibu bye bijja okuddirira awaka ne ku mirimu gy'aba mmemba.

Tuyinza tutya okufuna okusonyiyibwa okw'ekibi ekikoleddwa ekibiina kyonna? Ekibi ekyakolebwa ekibiina kyonna bwe kimanyibwa, babeera balina okuleeta ente mu maaso ga weema ey'okusisinkanirangamu. Abakadde b'ekkanisa ne balyoka bateeka engalo zaabwe ku mutwe gw'ekiweebwayo, ne bakibaaga mu maaso ga MUKAMA, era ne bakiwaayo eri Katonda mu ngeri y'emu ng'ekiweebwayo olw'ekibi ekyakolebwa kabona. Ssaddaaka mu kiweebwayo olw'ekibi eya bakabona ne ey'ekibiina kyonna birina okufaanana mu muwendo. Kino kitegeeza nti mu maaso ga Katonda, obuzito bw'ekibi ekyakolebwa ba kabona, bwe buzito bwe bumu obw'ekibi ekikolebwa ekibiina kyonna.

Naye, ekiweebwayo olw'ekibi kya kabona, erina kubeera ente ennume etaliiko bulemu, so nga ekiweebwayo olw'ekibi ky'ekibiina kyonna yeetaaga kuba nte nnume kyokka. Kino kiri bwe kityo lwakuba, si kyangu ekibiina kyonna okuba n'omutima gumu era ne bawaayo ssaddaaka mu kusanyuka n'okwebaza.

Ekkanisa yonna awamu bw'eyonoona era nga yandyagadde okwenenya, kisoboka nnyo nti mu ba memba baayo mulimu abantu abatalina kukkiriza oba abantu abagaana okwenenya olw'okuba tebateredde mu mitima gyabwe. Olw'okuba si kyangu ekibiina kyonna okuwaayo ekiweebwayo ekitaliiko bulemu, Katonda alaze okwagala Kwe mu nsonga eno. Wadde abantu abatonotono tebasobola kuwaayo kiweebwayo n'omutima gwabwe gwonna, ba memba b'ekkanisa abasinga obungi bwe beenenenya era ne bakyuka okuva mu ngeri zaabwe, Katonda ajja kukkiriza ekiweebwayo kyabwe olw'ekibi era asonyiwe.

Era engeri buli memba mu kibiina gyatasobola kuteeka mukono gwe ku mutwe gw'ente ey'ekiweebwayo, abakadde b'ekkanisa, ku lw'ekibiina kyonna, be bakikola ng'ekibiina kiri mu kuwaayo eri Katonda ekiweebwayo olw'ekibi.

Enkola y'ebirala byonna y'emu nga bw'ekikolwebwa mu kuwayo ekiweebwayo ku lw'ekibi kya kabona emitendera gyonna okuviira ddala nga kabona annyika engalo ye mu musaayi n'agumansira emirundi musanvu mu maaso g'egigi lya Yeekaalu, n'okusiiga ogumu ku musaayi ku mayembe g'ekyoto kwebotereza eby'akaloosa, n'okwokya ebitundu ebirala byonna eby'ekiweebwayo ebweru w'olusiisira. Amakulu ag'omwoyo ag'emitendera gino kwe kwegirako ddala ebibi. Era tulina n'okusaba olw'okwenenya mu linnya erya Yesu Kristo ku lw'emirimu gy'Omwoyo Omutukuvu mu yeekaalu ya Katonda okwenenya kusobole okukkirizibwa mu butongole. Oluvannyuma ng'ekibiina kyonna ky'ennenyezza n'omutima gumu mu ngeri eno, ekibi ekyo tebalina kukiganya kuddibwamu.

4. Ekiweebwayo Olw'ekibi Eky'omukulembeze

Mu Eby'abaleevi 4:22-24 wasoma nti,

"Omukulu yenna bw'ayonoonanga, n'akola nga tamanyiridde ekigambo kyonna kyonna ku ebyo byonna MUKAMA Katonda we bye yalagira obutabikolanga, era ng'azzizza omusango, ekibi ky'ayonoonye bw'anaakitegeezebwanga, anaaleetanga embuzi okuba ekitono kye, ennume etaliiko bulemu. Awo anaateekanga engalo ze ku mutwe gw'embuzi, n'aggitira mu kifo mwe battira ekiweebwayo eky'okebwa mu maaso ga MUKAMA, kye kiweebwayo olw'ekibi."

Wadde bali ku ddaala lya wansi ku bakabona, "abakulembeze" bali mu kifo eky'okulung'amya era nga bali ku ddaala lya njawulo ku ly'abantu aba bulijjo. N'olwekyo, abakulembeze bawaayo eri Katonda embuzi ennume. Kale ziri wansi ku ente ennume eziweebwayo ba kabona naye ate zisingako ku mbuzi enkazi eziweebwayo abantu aba bulijjo nga ekiweebwayo olw'ekibi.

Mu makulu aga leero, "abakulembeze" mu kanisa mwe muli abakulembera zi seero oba abasomesa b'abaana. Abakulembeze b'ebo abaweereza mu bifo ebirung'amya ba memba b'ekanisa. Ekitali ku ba memba aba bulijjo oba abo abakayingira mu kukkiriza, bano baayawulibwa Katonda era olw'ekyo, wadde ng'ebibi bye bimu ebikoleddwa, abakulembeze balina okuwaayo eri Katonda ebibala by'okwenenya ebisingawo.

Edda, ng'omukulembeze ateeka emikono ku mutwe gw'embuzi ennume etaliiko bulemu ng'agitikka ebibi bye olwo n'alyoka agittira mu maaso ga Katonda. Era ng'omukulembeza asonyiyibwa, kabona bw'ateeka engalo ye mu musaayi, n'aguteeka ku mayemba g'ekyoto okwokerwa ebiweebwayo eby'okebwa, era n'ayiwa omusaayi ogusigaddewo ogw'ekiweebwayo ku ntobo y'ekyoto okwokyerwa ekiweebwayo eky'okebwa. Nga bwe guli ku kiweebwayo olw'emirembe, amasavu g'ekiweebwayo gaweebwayo ku muliro ku nku ku kyoto.

Wabula nga bwe kiri ku kabona, ku mukulembeze omusaayi tegumansirwa mirundi musanvu mu maaso g'eggigi lya yeekaalu; engeri gy'alagamu okwenenya kwe kwe kuteeka omusaayi ku mayemba agali ku kyoto ky'ekiweebwayo eky'okebwa era Katonda n'akikkiriza. Kino kiri bwe kityo lwakuba ekigero ky'okukkiriza kyawukana ekya kabona n'omukulembeze. Nga kabona bw'ataabadde wakuddamu kwonoona nate ng'amaze okwenenya, yalina okumansira omusaayi gwa ssaddaaka emirundi musanvu, omuwendo ogutegeeza okutuukirira mu mwoyo. Wabule ye omukulembeze, yandiddamu okwonoona nga tategedde era olw'ensonga eyo talagirwa kumansira musaayi emirundi egyo omusanvu. Kano kabonero ak'okwagala n'okusaasira kwa Katonda, oyo ayagala okufuna okwenenya okuva eri buli muntu okusinziira ku kigero ky'okukkiriza kwe olwo n'alyoka amuwa okusonyiyibwa. Wano wetutuukidde nga twogera ku kiweebwayo olw'ekibi, "kabona" gwe tuyise "omusumba" ate "omukulembeze" ye "muweereza ali mu kifo eky'obukulembeze." Era nga, ebitiibwa bino tebikoma ku buvunaanyizibwa obuweebwa Katonda mu kanisa, wabula kitegeeza n'ekigero ky'okukkiriza ekya buli mukkiriza.

Omusumba alina okubeera atukuziddwa olw'okukkiriza olwo n'alyoka akwasibwa obuvunaanyizibwa bw'okusumba ekisibo ky'abakkiriza. Kisoboka okukkiriza kw'omukulembeza ali mu kifo ky'okulung'amya, nga omukulu wa sseero oba omusomesa w'abaana, okubeera ku mutendera nga gwanjawulo okusinga ku gw'omukkiriza owa bulijjo wadde nga tannatuuka ku butuukirivu obutuukiridde. Engeri ebigero by'okukkiriza bwe byawukana, eky'omusumba, omukulembeze, n'omukkiriza owa bulijjo, amakulu g'ekibi n'okwenenya okunoonya Katonda okusobola okusonyiwa bya njawulo wadde nga bonna baakoze ekibi kye kimu.

Naye kino tekitegeeza nti, kikkirizibwa omukkiriza okutandika okulowooza nti, 'Engeri okukkiriza kwange bwe kutannatuukirira, Katonda ajja kumpayo omukisa omulala ne bwe nnyonoona,' era ne yeenenya n'omutima ogwo. Okusonyiwa kwa Katonda okuyita mu kwenenya tekujja kufunibwa singa omuntu amanyidde ddala nti ayonoona kyokka n'agenda nakyo mu maaso, naye omuntu bwayonoona nga tamanyi era n'akizuula luvannyuma nti yayoonye era bwatyo n'anoonya okusonyiyibwa. Era, bwayonoona era ne yeenenya, Katonda ajja kumuwa okusonyiyibwa okwo singa akola buli ekisoboka n'okusaba okw'amaanyi obutaddamu kukola kibi ekyo nate.

5. Ekiweebwayo Olw'ekibi Eky'abantu aba bulijjo

"Abantu aba bulijjo" be bantu abalina okukkiriza okutono, oba ba memba abatalina buvunaabyizibwa bwonna mu kanisa. Abantu aba bulijjo bwe b'onoona, bakikola olw'okukkiriza kwabwe okutono kwe babeera n'akwo kale bwe kityo obuzito bw'ekiweebwayo kyabwe olw'ekibi butono okusinga ku bw'omusumba n'omukulembeze. Omuntu owa bulijjo alina okuwaayo eri Katonda ekiweebwayo olw'ekibi embuzi enkazi, nga ya wansi bw'ogigeraageranya n'embuzi ennume, etaliiko bulemu. Nga bwe kiri ne ku kiweebwayo olw'ekibi eky'omusumba oba omukulembeze, ne wano kabona annyika engalo mu musaayi ogw'ekiweebwayo olw'ekibi eky'omuntu owa bulijjo, ne guteekebwa ku mayembe g'ekyoto eky'ekiweebwayo eky'okebwa, era ogusigaddewo ne guyiibwa ku kyoto.

Olw'okuba kisuubirwa nti omuntu owa bulijjo asobola okuddamu okwonoona ekiseera kyonna olw'okukkiriza kwe okutono, bwe yejjusa, ne yeekuba mu mutima mu kwenenya ng'akoze ekibi ekyo, Katonda ajja kumusaasira era amusonyiwe. Era, engeri Katonda gye yalagira nti 'embuzi enkazi' y'eba eweebwayo, tusobola okukiraba nti ebibi ebikolebwa ku mutendera guno byangu okusonyiyibwa okusinga ebibi ebyetaagisa embuzi ennume oba endiga okuba nga bisonyiyibwa. Wabula kino tekitegeeza nti Katonda akkiriza okwenenye okw'ekibogwe; omuntu alina okuwaayo eri Katonda okwenenya okw'amazima, ng'asalawo obutaddamu kukola kibi ekyo.

Omuntu alina okukkiriza okutono bwategeera ekibi kye era n'akyeneya era n'afuba okulaba nti takiddamu, emisinde kw'abadde ayonoonera gijja kukendeera okuva ku mirundi kkumi okukka ku mirundi ettaano oba essatu, era gye binaggwera ajja kusobola okwegirako ddala ebibi ebyo. Katonda akkiriza okwenenya okuwerekeddwako ebibala. Tajja kukkiriza kwenenya ne bwe kunaaba kuva eri omuntu eyaakalokoka bwe kuba nga kukoma ku mimwa gyokka awatali kukyuka mu mutima.

Katonda ajja kusanyuka era ayagale omuntu eyakayingira mu kukkiriza oyo eyeenenyezaawo ebibi bye buli wonna wabitegeeredde era n'anyiikira okubyeggyako. Mu kifo ky'okwematiza, 'Wano okukkiriza kwange wekuyimiridde, kale kino kye ntuuseeko kimala,' si mu kwenenya mwokka wabula ne mu kusaba, mu kusinza, ne mu buli mbeera yonna ey'obulamu mu Kristo, omuntu bwagezaako n'okusingirako ddala ku busobozi bwe, ajja kuweebwa okwagala okusingawo n'emikisa okuva eri Katonda.

Era omuntu bwalemererwa okuwaayo embuzi enkazi awangayo endiga, kyokka endiga eyo erina kubeera nkazi etaliiko bulemu (Eby'abaleevi 4:32). Era omuntu bw'aba mwavu ngatayinza nsolo ezaalagibwa, aweengayo bukaamukuukulu bubiri, abo amayiba amato abiri, so nga n'atayinza kufuna ebyo awangayo ekitundu eky'ekkumi ekya efa y'obutta obulungi (Eby'abaleevi 5:7, 11). Katonda oyo omwenkanya bwatyo n'ateeka mu mitendera ebiweebwayo era n'akkiriza ebiweebwayo olw'ekibi okusinziira ku kigera okukkiriza okwa buli muntu.

Wano we tutuuse, twogedde ku ngeri y'okwetangirira n'okuba mu mirembe ne Katonda nga twekenneenya ekiweebwayo olw'ekibi ekiweebwayo Gyali abantu ab'emitendera egy'enjawulo era abalina obuvunaanyizibwa obw'enjawulo. Nsuubira nti buli musomi ajja kuleetawo emirembe wakati we ne Katonda nga bulijjo yeekenneenya obuvunaanyizibwa bwe obwamuweebwa Katonda n'embeera okukkiriza kwe gye kulimu, wamu n'okwenenya ensobi zonna n'ebibi buli lwe wabeerawo ekisenge ky'ebibi ekyetimbye mu kkubo lye eri Katonda.

Essuula 7

Ekiweebwayo Olw'omusango

"Omuntu yenna bwasobyanga n'ayonoona nga tamanyiridde mu bigambo ebitukuvu ebya MUKAMA, kale anaaleetanga eri Mukama ekyo ky'awaayo olw'omusango, endiga ennume etaliiko bulemu ey'omu kisibo, nga bw'onoosaliranga ffeza mu sekeri ey'omu Watukuvu bw'eri, okuba ekiweebwayo olw'omusango."

Eby'abaleevi 5:15

1. Amakulu g'Ekiweebwayo Olw'omusango

Ekiweebwayo olw'omusango kiweebwayo eri Katonda okusobola okusasula olw'ekibi ekyakoleddwa. Abantu ba Katonda bwe B'onoona mu maaso Ge, balina okuwaayo ekiweebwayo olw'omusango era ne beenenya mu maaso Ge. Wadde kisinziira ku kika ky'ebibi, omuntu ayonoonye alina n'okukyusa omutima gwe obutaddamu kwonoona, era ayinza n'okuba ng'alina okuliwa olw'ensobi ye.

Eky'okulabirako, omuntu bw'aba alina ekintu kya mukwano gwe kye yeeyazise, naye mu butanwa n'ekimwonoonekako. Wano omuntu tayinza kugamba bugambi nti, "nsonyiwa." Talina kukoma ku kwetonda kwokka, wabula n'okusasula ekintu kya munne ekyonoonese. Omuntu bw'aba tasobola kuzzaawo ekiringa ekyo kyayonoonye, alina okusasula ensimbi ezisobozesa mukwano gwe okusasulira ekyo kyafiiriddwa. Kuno kwe kwetonda okutuufu.

Okuwaayo ekiweebwayo olw'omusango kiyimirirao ng'akabonero ak'okuzzaawo emirembe wakati w'abantu ne Katonda ng'omuntu atereeze ebyo bye yasobezza. Bwe kityo bwe kiri ne ku kwenenya mu maaso ga Katonda. Nga bwe tulina okuliwa olw'ensobi gye tukoze eri baganda baffe ne bannyina ffe mu kristo, tulina okumulaga ebikolwa ebiraga okwenenya okwa ddala oluvannyuma lw'okumusobya, olwo okwenenya kwaffe kulyoke kubeera nga kutuukiridde bulungi.

2. Embeera Omuweerwa N'engeri ez'okuwaayo Ekiweebwayo Olw'omusango

1) Singa Omuntu awa Obujulizi obw'obulimba

Eby'abaleevi 5:1 watugamba nti, "Era oba ng'omuntu yenna

ayonoona ng'awulira eddoboozi ery'okulayiza, oba nga mujulirwa, oba nga yalaba oba yamanya, bw'ataakyogerenga kale anaabangako obubi bwe." Waliwo embeera, nga wadde omuntu alayidde nti ajja kwogera mazima mereere, kyokka n'amaliriza ng'alimbye bwe g'aba ng'amazima gagenda kumusuula mu buzibu.

Eky'okulabirako, singa omwana wo yennyini aliko omusango gw'akoze kyokka ne baguteeka ku muntu omulala atalina ky'agumanyiiko. Bwe bakusaba owe obujjulizi, olowooza onoobuwa mu butuufu bwabwo? Bw'osirika obusirisi okusobola okutaasa omwana wo, kyokka ng'eno obulamu bw'abantu abalala bukosebwa, abantu bayinza obutamanya kituufu naye Katonda alaba buli kimu. N'olwekyo, omujjulizi alina okwogera ekyo kye nnyini kye yalabye oba kye yawulidde okulaba nti obwenkanya butuukibwako, waleme okubaawo asingisibwa omusango ku bwereere.

Bwe kityo bwe kiri ne mu bulamu bwaffe obwa bulijjo. Abantu bangi tebasobola kwogera ekintu kye nnyini nga bwe baakirabye oba nga bwe baakiwulidde, era bwe batyo okusinziira ku magezi gaabwe, ne boogera ebintu ebitali bituufu. Abalala basalaganya ebigambo, n'ayogera ekintu nga gyoli yakirabyeko oba yakiwuliddeko. Olw'obujjulizi obw'obulimba ng'obwo, abantu abatalina musango basalirwa omusango gwe batazizza bwe batyo ne babonaabonera obwereere. Tukiraba mu Yakobo 4:17 nti, "Kale amanya okukola obulungi n'atakola, kye kibi eri oyo." Abaana ba Katonda abamanyi amazima balina okutegeera ekituufu, era ne boogera amazima mu bujulizi, waleme okubaawo akosebwa oba okutuusibwako obuzibu.

Obulungi n'amazima bwe bituula mu mitima gyaffe, bulijjo tujja kwogeranga amazima mu mbeera zonna. Tetujja kwogera bubi ku bantu oba okussa ku bantu omusango abataaguzizza, okwogera eby'obulimba, oba okuwa obujjulizi obutayamba. Omuntu yenna bw'aba akoze munne obubi olw'okulekayo obubaka bw'aba amanyi era nga beetaaga okubumanya ng'ayitiddwa okubeera omujulizi, alina okuwaayo eri Katonda ekiweebwayo olw'omusango.

2) Singa Omuntu Akoma ku Kintu Ekitali Kirongoofu
Tusoma mu Eby'abaleevi 5:2-3,

Era oba ng'omuntu yenna akoma ku kintu ekitali kirongoofu, oba mulambo gw'ensolo ey'omu nsiko eteri nongoofu, oba mulambo gw'ensolo ey'omu nnyumba eteri nnongoofu, oba mulambo gw'ebyewalula ebitali birongofu, naye ng'akwekeddwa, n'aba atali mulongoofu, kale ng'aliko omusango. Era oba ng'akoma ku butali bulongoofu bw'omuntu bwonna bwonna obumufuula atali mulongoofu, naye ng'akwekeddwa bw'anaakimanyanga, kale ng'aliko omusango

Wano, "ekintu kyonna ekitali kirongoofu" mu mwoyo kitegeeza omuze gwonna ogukontana n'amazima. Mu mize egy'ekikula ekyo muzingiramu ebyo ebirabiddwa, ebiwuliddwa, ebyogeddwa, saako ebyo omubiri n'omutima bye biwulira. Bye bintu, edda nga tonnamanya mazima bye tutaatwalanga ng'ebibi. Naye oluvannyuma lw'okujja eri omusana, Tutandika okulaba ebintu ebyo bye bimu nti si bituufu mu maaso ga Katonda. Eky'okulabirako, bwe twali tetumanyi Katonda, tuyinza okuba nga waliwo ebintu bye walabanga eby'obuseegu naye nga tokiraba nti ebintu ebyo si birongoofu. Wabula, bwe twatandika obulamu bwaffe mu Kristo, twategeera nti ebintu ng'ebyo bikontana n'amazima. Era bwe tutegeera nti twakolanga ebintu ebitali birongoofu bwe tubigeraageranya n'amazima, tulina okwenenya era ne tuwaayo eri Katonda ebiweebwayo olw'omusango.

Ne mu bulamu bwaffe Obw'ekikristaayo, wabeerawo ebiseera

lwe tuwulira mu butali bugenderevu oba okulaba ebintu ebibi. Kyandibadde kye kisinga singa tusobola okukuuma omutima gwaffe wadde nga tulabye oba okuwulira ebyo ebitaliimu mazima. Naye olw'okuba kisoboka omukkiriza n'atasobola kukuuma mutima gwe wabula n'atwalirizibwa ebyo ebigendera ku bintu ebyo ebitali birongoofu, alina okwenenya amangu ddala bw'ategeera ekibi kye era aweeyo eri Katonda ekiweebwayo Olw'omusango.

3) Singa Alayira

Eby'abaleevi 5:4 wasoma nti, "Era oba ng'omuntu yenna alayira mangu n'emimwa gye okukola obubi, oba okukola obulungi, ekintu kyonna omuntu ky'anaayogeranga amangu n'ekirayiro, naye ng'akwekeddwa, bw'anaakimanyanga, kale ng'aliko omusango mu kimu ku bigambo ebyo." Katonda yatugaana okulayira oba "mu kukola bubi oba okukola obulungi."

Lwaki Katonda atugaana okulayira oba okutta omukago? Kale kitegeerekeka Katonda bwatugaana okulayira nti tujja kukola "omuntu oba ekintu obubi," naye ate lwaki atugaana n'okulayira okukola obulungi" kiri bwe kityo kubanga omuntu tasobola kutuukiriza 100% kw'ebyo byasuubiza (Matayo 5:33-37; Yakobo 5:12). Okutuuka nga atuukiridde olw'amazima, omutima gw'omuntu gusobla okutwalirizibwa okusinziira ku kuyaayaana kwe n'endowooza ye, bwatyo n'atakuuma kirayiro kye yalayidde okukola. Ate era, wabeerawo ebiseera omulabe Setaani bwayingirira obulamu bw'abakkiriza ne balemwa okutuukiriza bye baasuubiza bwatyo n'aba ng'afunye eky'okulumiriza abakkiriza abo. Katutwale eky'okulabirako kino: Katugambe omuntu yalayira, "Ndayira nti kino nja kukikola enkya," naye n'afa leero. Ayinza atya okutuukiriza ekirayiro kye?

Olw'ensonga eno, omuntu taalayirenga okukola obubi oba

okulayira okukola obulungi, era mu kifo ky'okulayira, alina okusaba eri Katonda okunoonya amaanyi okusobola okutuukiriza. Eky'okulabirako, omuntu oyo y'omu bw'alayira nti talirekayo kusaba, mu kifo ky'okulayira nti, "Nja kujjanga mu kusaba okw'ekiro buli lunaku," alina okusaba nti, "Katonda, nkwegayiridde nnyamba nsabe awatali kulekayo era ontaase mu kuyingirirwa omulabe Setaani." Singa omuntu amaze galayira, alina okwenenya era n'awayo eri Katonda ekiweebwayo olw'omusango.

Singa omuntu ayonoonye mu ngeri ezo esatu waggulu," Anaaleetanga ekyo kyawaayo olw'omusango eri MUKAMA olw'ekibi ky'ayonoonye enkazi ey'omu kisibo, omwana gw'endiga oba mbuzi okuba ekiweebwayo olw'ekibi. Ne kabona anaamutangiriranga olw'ekibi kye" (Eby'abaleevi 5:6).

Wano, okuwaayo olw'omusango kyalagibwa nga kinyonyoddwa n'ekiweebwayo olw'ekibi. Kino kiri bwe kityo lwakuba ebibi ebyetaagisa okuwaayo ekiweebwayo olw'omusango n'ekiweebwayo olw'ekibi nakyo kirina okuweebwayo. Ekiweebwayo olw'ekibi, nga bwe kyanyonnyoddwa edda, kwe kwenenya mu maaso ga Katonda olw'okwonoona n'okuviira ddala ku kibi ekyo. So ng'era kinyonyoddwa nti kirina okuweebwa ekibi bwe kiba kyetaagisa omutima gw'omuntu okukyukira ddala okuva ku kibi ekyo wamu n'okusasulira ekibi kyakoze, kale ekiweebwayo olw'omusango kifuula okwenenya kwe okutuukiridde singa asasulira okufiirwa oba ebisago byaleeseewo oba okukisasulira ng'aliko ebikolwa byakola.

Mu mbeera ng'ezo, omuntu talina kuliwa olw'ekibi kyakoze kyokka, wabula n'okuwaayo eri Katonda ekiweebwayo olw'omusango nga kiwerekeddwako ekiweebwayo olw'ekibi era alina n'okwenenya mu naaso ga Katonda. Era nga wadde omuntu oyo asobezza muntu munne, olw'okuba akoze ekyo ekyali tekirina kukolebwa mwana wa Katonda, alina n'okwenenya mu maaso ga Kitaawe ow'omu ggulu. Katugambe omuntu alimbye mwannyina era n'amutwalako ebintu bye. Singa ow'oluganda ono ayagala okwenenya, alina okusooka okuwaayo omutima gwe eri okwenenya mu maaso ga Katonda ne yeggyako ekibi ky'okweyagaliza n'obulimba. Olwo nno lw'ajja okufuna okusonyiyibwa okuva eri mwannyina gwe yasobeza. Era, talina kwenenya bw'enenya eri mwannyina nti nsonyiwa, wabula n'okusasula olw'okufiirwa kwe yayisaamu mwannyina olw'ebikolwa bye ebyo. Wano, ekiweebwayo ky'omusajja ono "ekiweebwayo olw'ekibi" kye kikolwa eky'okuva mu kutambulira mu ngeri z'ekibi n'okwenenya mu maaso ga Katonda, era "ekiweebwayo kye olw'omusango" kye kikolwa eky'okwenenya nga yeetondera mwannyina era n'aliwa oli bye yafiirwa.

Mu By'abaleevi 5:6, Katonda Alagira nti mu kuwaayo ekiweebwayo olw'ekibi ekiweerekerwako ekiweebwayo olw'omusango, endiga enkazi y'eba eweebwayo. Mu lunyiriri oluddako, tusoma nti omuntu yenna atasobola kuwaayo ndiga oba mbuzi awengayo bukaamukukulu bubiri oba amayiba amato abiri ng'ekiweebwayo olw'omusango. Naye jjukira nti ebinyonyi bibiri bye birina okuweebwayo. Ekimu kiba kiweereddwayo ng'ekiweebwayo olw'ekibi ekirala ng'ekiweebwayo ekyokebwa.

Lwaki Katonda alagira nti ekiweebwayo eky'okebwa kiweebweyo wamu n'ekiweebwayo olw'ekibi ne bukaamukukulu bubiri oba amayiba amato abiri? Ekiweebwayo ekyokebwa kikola ng'akabonero akategeeza okukuumanga Ssabbiiti nga ntukuvu. Mu kusinza okw'omwoyo kye kiweebwayo eky'okuweereza ekiweebwayo eri Katonda ku Sande. N'olwekyo, mu butongole okuwaayo bukaamukukulu bubiri oba amayiba amato abiri ng'ekiweebwayo olw'ekibi wamu n'ekiweebwayo ekyokebwa kitutegeeza nti okwenenya kw'omuntu kufuulibwa okutuukiridde ng'akuuma Olunaku lwa Mukama nga lutukuvu. Okwenenya okutuukiridde si ye muntu okutegeera ensobi ye ne yeenenya awo waali n'ebikoma awo, wabula kubaako n'okwatula ebibi bye wamu n'okubyenenyeza mu yeekaalu ya Katonda ku Lunaku lwa Mukama.

Omuntu bw'aba omwavu ennyo nga tasobola na kuwaayo wadde bukaamukukulu bubiri oba amayiba amato abiri, bwatyo alina okuwaayo eri Katonda ekitundu eky'ekkumi ekya efa y'obutta obulungi (bubeera bwenkana nga lita 22, oba obugalani 5) obw'eng'ano ennungi ng'ekiweebwayo. Ekiweebwayo olw'ekibi kirina kukolebwa na bisolo kubanga kiweebwayo olw'okunoonya okusonyiyibwa. Naye, mu kusaasira Kwe, Katonda yaganya n'abaavu, abaali tebasobola kuwaayo bisolo, okuba nga bawaayo eng'ano ennungi babeere nga bafuna okusonyiyibwa.

N'olwekyo waliwo enjawulo wakati w'ekiweebwayo olw'ekibi ekiweebwayo n'obutta, n'ekiweebwayo eky'obutta ekiweebwayo n'obutta. Amafuta n'omugavu byagattibwanga mu kiweebwayo eky'obutta okusobola okukiwunyisa akawoowo akalungi n'okukirabisa obulungi, kyokka mu kuwaayo obutta ng'ekiweebwayo olw'ekibi temugattibwamu mafuta wadde omugavu. Lwaki kino kiri bwe kityo? Okwokya ekiweebwayo ekitangirira kirina amakulu ge gamu ng'okwokya ekibi ky'omuntu.

Olw'okuba mu butta obwo temugattibwamu mafuta wadde omugavu, bwe kitunuulirwa mu by'omwoyo, kitubuulira endowooza omuntu ajja mu maaso ga Katonda okwenenya gy'alina okusitula. 1 Bassekabaka 21:27 watubuulira ku Kabaka Akabu eyeenenya mu maaso ga Katonda, "n'ayuza ebyambalo bye n'ayambala abibukutu ku mubiri gwe n'asiiba n'agalamira ng'ayambadde ebibikutu n'atambula mpola." Omuntu bwawaayo omutima gwe mu kwenenya, ddala ajja kweddako, abe mwegendereza, era omuwombeefu. Ajja kuba yeefumiitiriza ku byafulumya mu kamwa ke n'engeri gye yeeyisaamu, era n'alaga Katonda nti agezaako okutambulira mu bulamu obw'efuga.

4) Singa Ayonoona mu Bigambo Ebitukuvu oba Okwesitaza Baganda be mu Kristo

Mu Eby'abaleevi 5:15-16 tusoma nti,

Omuntu yenna bw'asobyanga n'ayonoona nga tamanyiridde mu bigambo ebitukuvu ebya MUKAMA, kale anaaleetanga eri MUKAMA ekyo kyawaayo olw'omusango, endiga ennume etaliiko bulemu ey'omu kisibo, nga bw'onoosaliranga ffeeza mu sekeri, nga sekeri ey'omu watukuvu bw'eri, okuba ekiweebwayo olw'omusango era anaagattanga olw'ekigambo ky'asobezza mu kigambo ekitukuvu, era anaakyongerangako ekitundu eky'ekkumi n'akiwa kabona ne kabona anaamutangiriranga n'endiga ennume ey'ekiweebwayo olw'omusango, naye anaasonyiyibwanga.

"Ebigambo Ebitukuvu ebya MUKAMA" kitegeeza yeekaalu oba ebintu byonna eby'omu yeekaalu. Kabeere muweereza oba omuntu yenna, ne bw'aba nga yawaddeyo ekiweebwayo, talina kutwala, okukozesa, oba okukitunda bwe kiba kiweereddwayo eri Katonda era ng'akitwalibwa nti kitukuvu n'akitwala oba n'akitunda wonna wayagalira oba okukikozesa nga bwayagala. Era, ebitwalibwa nti bitukuvu si bye " bintu ebitukuvu" byokka wabula ne yeekaalu yonna. Yeekaalu kye kifo Katonda kyayawudde, awo watadde erinnya Lye.

Ebigambo eby'ensi oba ebigambo ebitaliimu mazima tebirina

kwogerebwa mu yeekaalu. Abakkiriza abazadde balina okusomesa abaana baabwe obulungi obutazannyira oba okuddukira mu yeekaalu wadde okuleekaniramu oba okuddugaza ekkanisa, saako okwonoona ekintu kyonna ekitukuvu mu yeekaalu.

Ebintu bya Katonda ebitukuvu bwe bibeera nga byonooneddwa mu butanwa, omuntu akyonoonye alina okukizzaawo n'ekintu ekisingako era ekituukiridde okusinga ku kibaddewo nga tekiriiko kakyamu konna. Era, omutango olw'ekyo kyayonoonye tegulina kubeera mu muwendo gw'ekyo ekyonooneddwa, wabula "ekitundu eky'ekkumi" kijja kugattibwangako ng'ekiweebwayo olw'omusango. Katonda yalagira bwatyo okusobola okutujjukiza okubeera abegendereza. Buli lwe tukwata ku bintu ebitukuvu, tulina okubyegendereza tuleme okubikozesa obubi oba okubyonoona kubanga bintu bya Katonda. Bwe twonoona ekintu kyonna kubanga tubadde balagajjavu, tulina okwenenya okuva ku ntobo y'emitima gyaffe era ne tusasula omutango nga gwa muwendo mungi okusinga ku kintu kye twonoonye.

Eby'abaleevi 6:2-5 watubuulira ku ngeri omuntu gyayinza okufunamu okusonyiyibwa ebibi singa aba nga "alyazaamaanyizza muliraanwa we mu bigambo eby'okuteresa, oba mu by'okulamulagana, oba okunyaga, oba bw'abanga ajooze muliraanwa we, oba bw'aba ng'azudde ekyazaawa, n'akiryazaamanya, n'alayira eby'obulimba mu kigambo kyonna, ku ebyo byonna omuntu ky'akola ng'ayonoona bw'atyo." Eno yengeri ey'okwenenya ebibi ebyakolebwa ng'omuntu tannakkiririza mu Katonda, n'okwenenya okusobola okufuna okusonyiyibwa singa omuntu abeera ategedde nti aliko ekintu ky'omuntu omulala kye yatwala.

Okusobola okukola okutangirira ku lw'ebibi ng'ebyo, omuntu eyali nnyini kintu alina okuddizibwa ekintu kye yagibwako era nga talina kukoma kw'ekyo wabula alina okwongerezaako ebitundu "bitaano" eby'omuwendo gw'ekintu ekyo. Wano, "ebitundu ebitaano" tekitegeeza nti kirina kuleetebwa mu muwendo era ne kiggwa. Wabula kitegeeza nti omuntu bwalaga ebikolwa eby'okwenenya, kirina kuva ku ntobo y'omutima gwe. Olwo nno Katonda anaasonyiwa ebibi bye. Eky'okulabirako, waliwo ekiseera nga tokyasobola kujjukira be walyazaamanya bonna okusobola okubasasula n'ebibi byonna bye wakola. Mu mbeera ng'eyo, omuntu kye yeetaaga okukola kwe kunyiikira okulaga ebikolwa eby'okwenenya okuva ku ntobo y'omutima gwe okuva kw'olwo. N'esente z'afuna ku mulimu oba mu bizinensi, asobola okunnyikiranga okuwaayo eri obwakabaka bwa Katonda, oba okugabira abantu abali mu bwetaavu, obuyambi obw'ensimbi. Bwazimba ebikolwa eby'okwenenya eby'ekika ekyo, Katonda ajja kukiriza omutima gwe era ajja kumusonyiwa.

Jjukiranga nti okwenenya kye kirungo ekisingayo obukulu mu kiweebwayo olw'omusango oba ekiweebwayo olw'ekibi. Katonda tayagala kuva gye tuli nte nsava wabula emmeeme emenyese (Zabuli 51:17). N'olwekyo, mu kusinza Katonda tulina okwenenya ebibi n'obubi okuva ku ntobo y'omutima gwaffe era tubale ebibala ebirungi bwe tutyo. Nsuubira nti ng'owaayo eri Katonda okusinza n'ebiweebwayo mu ngeri emusanyusa, n'okuwaayo obulamu bwo nga ssaddaaka entukuvu era ennamu eyo emusanyusa, bulijjo ojja kutambuliranga mu kwagala Kwe okukulukuta n'emikisa.

Essuula 8

Okuwaayo Omubiri gwammwe nga Ssaddaaka Entukuvu Ennamu

"Kyenvudde mbeegayirira ab'oluganda, olw'okusaasira kwa Katonda, okuwangayo emibiri gyammwe, ssaddaaka ennamu entukuvu, esanyusa Katonda, kwe kuweereza kwammwe okw'amagezi."

Abaruumi 12:1

1. Ebiweebwayo Eby'okebwa Olukumi ebya Suleemani N'emikisa

Sulemaani yalinnya ku namulondo nga wa myaka 20. Okuva nga muvubuka Nnabbi Nasanayiri yali amusomesebwa eby'okukkiriza, era nagonderanga ebiragiro bya kitaawe, Kabaka Dawudi. Ng'amaze okulinnya ku ntebe, Sulemaani yawaayo eri Katonda ssaddaaka ezokebwa lukumi.

Okuwaayo okwekikula kino ddala kwali tekusobola kubeera kwangu. Waaliwo eby'okwegendereza bingi, okusinziira ku kifo, obudde, ssaddaaka ze nnyini, n'engeri ey'okuziwaayo mu biseera by'Endagaano Enkadde. Era, Ekitali ku bantu aba bulijjo, Kabaka Suleemaani yali yeetaaga ekifo ekinene engeri gye yalina abantu abangi nga bamuwerekeddeko saako ensolo ez'okutta nga n'azo nnyingi. Mu 2 Ebyomumirembe 1:2-3, wagamba nti, "Sulemaani n'ayogera ne Isiraeri yenna, abaami b'enkumi n'ab'ebikumi n'abalamuzi na buli mukulu mu Isireri yenna, emitwe gy'ennyumba za bakitaabwe, Awo Sulemaani n'ekibiina kyonna wamu naye ne bagenda mu kifo ekigulumivu ekyali e Gibyoni, kubanga eyo ye yali eweema ya Katonda ey'okusisinkanirangamu Musa omuddu wa MUKAMA gye yakola mu ddungu." Sulemaani yagenda e Gibyoni kubanga Weema ya Katonda ey'okusisinkanirangamu gye yali, eyo Musa gye yazimba mu ddungu.

N'abantu bano bonna, Sulemaani yagenda mu maaso ga "MUKAMA ku kyoto eky'ekikomo ekyali ku weema ey'okusisinkanirangamu" era n'awaayo Gyali ebiweebwayo eby'okebwa lukumi. Kyannyonnyoddwa dda, nti ekiweebwayo ekyokebwa kye kiweebwayo eri Katonda mu ngeri eyakawoowo akava mu kwokyeza ekisolo ekyo ku kyoto, nti era ekisolo ekyo nga kiwaayo obulamu bwakyo eri Katonda kabonero akalaga nti omuntu yeewaddeyo yenna.

Ekiro ekyo, Katonda n'alabikira Sulemaani mu kirooto n'amugamba nti, "Ssaba kye mba nkuwa" (2 Eby'omumirembe 1:7).

Sulemaani n'addamu n'agamba nti,

Walaga Dawudi kitange ekisa kingi, n'onfuula kabaka mu kifo kye Kale ai MUKAMA Katonda, ekigambo kye wasuubiza Dawudi kitange, kinywezebwa kubanga onfudde kabaka w'abantu abafaanana enfuufu ey'oku nsi obungi, Mpa nno amagezi n'okumanya, nfulumenga nnyingirenga mu maaso g'abantu bano, kubanga ani ayinza okusalira emisango abantu bo bano abenkanidde awo obukulu? (2 Ebyomumirembe 1:8-10).

Suleemani teyasaba bugagga, kitiibwa, oba okumugabula obulamu bw'abalabe be, oba okuwangaala. Yasaba magezi gokka n'okumanya asobole okufuga abantu obulungi. Katonda yasanyukira Sulemaani bye yasaba, era bwatyo kabaka teyamuwa magezi n'akumanya byokka bye yasaba, wabula yamuwa n'obugagga, n'ekitiibwa naye nga byonna ebyo kabaka yali tabinyeze n'ako

Katonda n'agamba Sulemaani, "Amagezi n'okumanya oweereddwa, era ndikuwa n'obugagga n'ebintu n'ekitiibwa by'atabanga nabyo n'omu ku bassekabaka abaasooka, so tewaliba oluvannyuma lwo aliba nabyo" (olu. 12).

Bwe tuwaayo eri Katonda okuweereza okw'omwoyo okw'okusinza mu ngeri emusanyusa, Bwatyo naye Atuwa omukisa mu mbeera zonna ne tuba nga tukulaakulana era nga tetulwala nga ne mmeeme zaffe bwe zikulaakulana.

2. Okuva mu Biro bya Weema, Okudda mu Biro bya Yeekaalu

Oluvannyuma lw'okufuula eggwanga okuba obumu era nga liri mu mirembe, waaliwo ekintu kimu ekyasumbuwanga omutima gwa Kabaka Dawudi, kitaawe wa Sulemaani: Yeekaalu ya Katonda nga tezimbibwanga. Nga Dawudi yeewuunya engeri Ssanduuko ya Katonda bweyinza okubeera mu Weema so nga ye yabeeranga mu lubiri olukoleddwa emiti gy'emivule, n'asalawo okuzimba yeekaalu. Kyokka, Katonda teyakikkiriza, kubanga Dawudi yali ayiye omusaayi mungi mu ntalo nga tagwanidde kuzimbira Katonda yeekaalu entukuvu.

Naye ekigambo kya MUKAMA ne kinjijira nti, "Wayiwa omusaayi mungi, n'olwana entalo enkulu, tozimbira linnya Lyange nnyumba, kubanga wayiwa omusaayi mungi ku nsi mu maaso Gange" (1 Eby'omumirembe 22:8).

Naye Katonda n'amugamba nti, "Tozimbira linnya lyange nnyumba, kubanga ggwe oli musajja wa ntalo, era wayiwa omusaayi" (1 Eby'omumirembe 28:3).

Wadde Kabaka Dawudi teyasobola kutuukiriza kirooto kye eky'okuzimba Yeekaalu, mu ssanyu yagondera ekigambo kya Katonda. Naye yategeka zaabu, ffeeza, ebikomo, amayinja ag'omuwendo, emiti egy'emivule, ebyo byonna ebyetaagisa kabaka addako, nga ye yali mutabani we Suleemani, okuba ng'azimbira Mukama Ennyumba.

Mu mwaka ogw'okuna ku ntebe, Sulemaani yalayira okutuukiriza okwagala kwa Katonda okuzimba ennyumba ya

Katonda. Bwatyo n'atandika ku mulimu guno ogw'okuzimba ng'ali ku Lusozi e Moriya mu Yerusaalemi era n'agimalira mu myaka musanvu. Gy'emyaka bina mu kinaana okuva abaana ba Isiraeri we baaviira mu Misiri, Yeekaalu ya Katonda n'emalirizibwa. Sulemaani n'alagira Ssanduuko y'obujulirwa ekomezebwewo (Ssanduuko Ey'endagaano) n'ebintu ebirala byonna ebitukuvu bireetebwe mu Yeekaalu.

Ba kabona bwe baatuusa Ssanduuko y'obujulirwa mu Watukuvu, Ekitiibwa kya Katonda ne kijjula ennyumba "bakabona n'okuyinza ne batayinza kuyimirira okuweereza olw'ekire, kubanga ekitiibwa kya MUKAMA nga kijjuzizza ennyumba ya MUKAMA" (1 Bassekabaka 8:11). Awo omulembe gwa Weema we gwakoma ne waddawo omulembe gwa Yeekaalu.

Mu kusaba kwe nga awaayo Yeekaalu eri Katonda, Sulemaani yeegayirira Katonda nti asonyiwe abantu Be bwe banaasabanga nga boolekedde Yeekaalu, era asonyiwenga bwe baneegayiriranga singa babeera bafunya ekizibu ekivudde ku kwonoona kwabwe.

Wulira Ggwe okwegayirira kw'omuddu wo, n'abantu Bo Isiraeri, bwe banaasabanga nga batunuulira ekifo kino, weewaawo, wulira Ggwe ng'oyima mu ggulu ekifo ky'obeerangamu, era bw'owulira sonyiwa (1 Bassekabaka 8:30).

Olw'okuba Kabaka Sulemaani yali akimanyi bulungi nti okuzimba Yeekaalu kwasanyusa Katonda era nga gwali mukisa, bwatyo ne yeegayirira Katonda mu buvumu ku lw'abantu Be. Bwe yawulira okusaba kwe, Awo Katonda n'amugamba nti,

Mpulidde okusaba kwo n'okwegayirira kwo kw'osabidde mu

maaso gange, ntukuzizza ennyumba eno gy'ozimbye okuteeka omwo erinnya Lyange emirembe gyonna, n'amaaso Gange n'omutima Gwange, binaabeerangayo obutayosangawo (1 Bassekabaka 9:3).

N'olwekyo, omuntu bwasinza Katonda leero, n'omutima gwe gwonna, emmeme, n'amazima mu yeekaalu entukuvu omwo Katonda mwatuula, Katonda ajja kumusisinkana era addemu okuyayaana kw'omutima gwe.

3. Okusinza Okw'omubiri N'okusinza Okw'omwoyo

Okusinziira ku Bayibuli tukimanyi nti waliwo ebika by'okusinza Katonda byatakkiriza. Nga kisinziira ku kika ky'omutima gwe tuba nagwo mu kusinza, waliwo okuweereza okw'omwoyo okw'okusinza okwo okusanyusa Katonda era n'akukkiriza, n'okuweereza okw'omubiri okw'okusinza kw'agaana.

Adamu ne Kaawa baagobebwa mu Lusuku Adeni olw'obujeemu. Mu Lubereberye 4 tusoma ku batabani baabwe ababiri. Mutabani waabwe omukulu Kayini ne mutabani waabwe omuto Abiri. Bwe baali batuusizza emyaka, Kayini ne Abiri buli omu n'awaayo eri Katonda ssaddaaka. Kayini yalimanga ttaka era n'aleeta eri Katonda "ebibala by'ettaka" (Olunyiriri 3) ye Abiri n'awaayo "ku baana b'endiga ze ababereberye n'amasavu gaazo" (Olunyiriri 4). Era ekyavaamu MUKAMA "n'akkiriza Abiri ne kye yawaayo; naye Kayini ne ky'awaddeyo teyamukkiriza" (Olunyiriri 4-5).

Lwaki Katonda teyakkiriza ssaddaaka ya Kayini? Mu Abaebbulaniya 9:22 tukiraba nti ekiweebwayo eri Katonda kirina okubeera ekiweebwayo eky'omusaayi era lwe kisoboka okusonyiyibwa ebibi okusinziira ku mateeka ag'ensi ey'omwoyo.

Olw'ensonga eyo, ebisolo nga ente oba endiga bye byaweebwangayo ng'ekiweebwayo mu biseera eby'Endagaano Enkadde, so nga Yesu, omwana gw'endiga ogwa Katonda, Ye yafuuka ssaddaaka etangirira ng'ayiwa omusaayi Gwe mu biseera eby'endagaano Empya. Abaebbulaniya 11:4 watubuulira nti, "Olw'okukkiriza Abiri yawa Katonda ssaddaaka esinga obulungi okukira eya Kayini, eyamutegeeza okuba n'obutuukirivu, Katonda bwe yategeeza ku birabo bye, era olw'okwo newakubadde nga yafa akyayogera." Kwe kugamba, Katonda yakkiriza ssaddaaka ya Abiri kubanga yali awaddeyo eri Katonda ssadaaka ey'omusaayi okusinziira ku kwagala Kwe, naye n'agaana eya Kayini eyali tennaweebwayo okusinziira ku kwagala Kwe.

Mu Eby'abaleevi 10:1-2, tusoma ku Nadabu ne Abiku bwe baawaayo "omuliro omulala mu maaso ga MUKAMA, gwatalagiranga', era ekyavaamu omuliro ne guva eri MUKAMA mu maaso Ge, ne gubookya, ne bafiira mu maaso ga MUKAMA ." Tusoma ne mu 1 Samwiri 13 engeri Katonda gye yava ku Kabaka Sawulo oluvannyuma lwa kabaka okwonoona, bwe yakola omulimu gwa nnabbi Samwiri. Bwe baali banaatera okuyingira mu lutalo n'Abafirisuuti, Kabaka Sawulo ne yeeweerayo ssaddaaka eri Katonda olw'okuba Nnabbi Samwiri yali tazze mu nnaku ze yalina okujiramu. Samwiri bwe yatuuka, nga sawulo amaze okuwaayo ssaddaaka, Sawulo kwe kuwoza mbu yakola kye yali akoze kubanga abantu baali batandise okusaasaana n'okumuddukako. Mu kumuddamu, Samwiri y'anenya Sawulo ng'amugamba nti, "Wakoze kya busiru," era n'ategeeza kabaka nti Katonda yali amuleseewo.

Mu Malaki 1:6-10, Katonda annenya abaana ba Isiraeri olw'okumuwanga ebintu eby'onoonesa ebitabagasa, ne batawaayo ebyo ebisinga obulungi. Katonda ayongerako nti tajja kukiriza kusinza kwa kika ekyo okugoberera obugoberezi engeri ey'eddiini naye nga temuli mutima gw'abantu. Mu makulu aga leero, ekyo kitegeeza nti Katonda takkirizenga okuweereza okw'okusinza okw'omubiri.

Yokaana 4:23-24 watugamba nti Katonda asanyukira okuweereza okw'omwoyo okw'okusinza abantu kwe bawaayo Gyali mu mwoyo n'amazima, era awa abantu omukisa okutuukiriza obwenkanya, okusaasira, n'obwesigwa. Mu Matayo 15:7-9 ne mu 23:13-18 tugambibwa nti Yesu yanenya nnyo Abafalisaayo n'abawandiisi mu biseera Bye abaagonderanga ennyo ennono z'abantu naye ng'emitima gyabwe tegisinza Katonda mu mazima. Katonda takkiriza kusinza omuntu kwakola okutuusa omukono.

Okusinza kulina okukolebwa okusinziira ku mateeka Katonda ge yateekawo. Era eno yengeri Obukristaayo gye bwawukana obulungi ennyo ku ddiini endala zonna kubanga abantu baazo bateekawo okusinza okusobola okwesanyusa era ne basinza nga basinziira ku kibasanyusa. Ku ludda olumu, okuweereza okw'okusinza okw'omubiri tekuba na makulu ng'omuntu ajja buzi mu yeekaalu ne yeetaba mu saviisi kutuusa mukolo. So nga ku ludda olulala, okuweereza okw'omwoyo okw'okusinza bye bikolwa eby'okwagala n'okutya okuva ku ntobo y'omutima n'okwetaba mu kuweereza okw'okusinza mu mwoyo n'amazima eby'abaana ba Katonda abo abaagala kitaabwe ow'omu ggulu. Na bwe kityo, abantu babiri ne bwe babeera mu kusinza mu kiseera kye kimu era mu kifo kye kimu, Katonda asobola okukkiriza okusinza kw'omu n'agaana okw'omulala okusinziira ku mutima gwa buli muntu. Abantu ne bwe bajja mu yeekaalu ne basinza Katonda, tekijja kugasa Katonda bwagamba nti, "Sakkirizza Kusinza kwo."

4. Waayo Omubiri gwo nga Ssaddaaka Entukuvu Ennamu

Bwe kiba ng'ekigendererwa kyaffe kwe kugulumiza Katonda, olwo nno essira mu kusinza lirina kuteekebwa ku bulamu bwaffe era bulijjo tulina okuba nga tutambula n'endowooza ey'okumusinza. Ssaddaaka ennamu era entukuvu eyo Katonda gyakkiriza, Okusinza mu mwoyo n'amazima, tekutuukirizibwa olw'okugendanga mu saviisi ya sande omulundi gumu mu mwaka so nga ennaku ezisigaddeyo okuva ku bbalaza okutuuka ku lw'omukaaga okola nga bw'olabye. Twayitibwa okusinza Katonda ekiseera kyonna ne mu buli kifo kyonna.

Okugenda ku kanisa okusinza nnyongereza ku bulamu obw'okusinza. Olw'okuba okusinza kwonna okutalina we kukwatira ku bulamu bwa muntu si kusinza okutuufu, obulamu bw'omukkiriza bwonna wamu bulina okubeera obulamu obw'okuweereza okw'omwoyo okw'okusinza obuweebwayo eri Katonda. Tetulina kuwaayo saviisi ennungi ey'okusinza mu yeekaalu mwokka olw'okuba engeri gy'ekolebwamu ogyagala era nga ekukolera amakulu, wabula tulina n'okutambulira mu bulamu obutuukirivu era obutuukiridde nga ogondera ebiragiro bya Katonda byonna mu bulamu bwaffe obwa bulijjo.

Abaruumi 12:1 watugamba, "Kyenvudde mbeegayirira ab'oluganda, olw'okusaasira kwa Katonda, okuwangayo emibiri gyammwe, ssaddaaka ennamu entukuvu, esanyusa Katonda, kwe kuweereza kwammwe okw'amagezi." Nga Yesu bwe yalokola abantu bonna ng'awaayo omubiri Gwe nga ssaddaaka, naffe Katonda ayagala tuweeyo emibiri gyaffe nga ssaddaaka ennamu era entukuvu.

Ng'ogyeeko Yeekaalu erabika ey'ekizimbe, olw'okuba Omwoyo

Omutukuvu, oyo ng'ali omu ne Katonda, atuula mu mitima gyaffe, bwatyo buli omu ku ffe afuuse Yeekaalu ya Katonda (1 Abakkolinso 6:19-20). Tulina okuba abazzibwa obuggya bulijjo mu mwoyo era twekuume okusigala nga tuli batukuvu. Ekigambo, okusaba n'okutendereza bwe bibeera mu mitima gyaffe era bwe tukola buli kimu mu bulamu bwaffe n'omutima ogusinza Katonda, tujja kubeera tuwaddeyo emibiri gyaffe nga ssaddaaka entukuvu era ennamu eyo esanyusa Katonda.

Nga sinnasisinkana Katonda n'abeeranga ku ndiri olw'endwadde ezitanvangako. N'amala ennaku nnyingi ng'essuubi lyange lyagenda dda. Olw'okuba nabeera ku ndiri okumala emyaka musanvu, n'alina ebbanja lye ddwaliro nga ddene saako eddagala. N'ali mwava atagambika. Naye, ebintu byonna byakyuka bwe n'asisinkana Katonda. Yamponya endwadde zange zonna embagirawo, bwentyo n'entandika obulamu bwange obuggya.

Olw'okuba ekisa Kye kyansukako, n'atandika okwagala Katonda okusinga ekintu ekirala kyonna. Ku lunaku lwa Mukama, Nga nzukuka ku makya nnyo, nga n'aba bulungi nnyo, ng'obupale bwange obw'omunda bubeera butukula bulungi, nga sookisi ne bwemba n'azambaddemu akaseera katono ku lw'omukaaga, nga siyinza kuziddamu ku sande. Era nga nnyambala engoye zange ezisinga obulungi era ezitukula obulungi.

Sigamba nti abakkiriza baffe nnyo ku misono egiriko bwe babeera bagenda ku kanisa. Omukkiriza bw'aba akkiririza mu Katonda era ng'amwagala, kijja kyokka ye okwetegeka abeera ng'alabika bulungi mu maaso ga Katonda okumuyimusa. Wadde embeera z'abantu abamu waliwo engoyo ezitabaganya kuzambala, buli muntu asobola okutegeka engoye ennungi era n'alabika bulungi nnyo nga bwe kisoboka mu maaso ga Mukama.

Nga nfuba nnyo okulaba nti ensimbi z'empayo bubeera bupya; nga buli lwe nfuna obusente obupya, nga mbutereka bwe mba mpaayo mu kanisa. Era nga ne bwe wabaawo ekintu ekyetaagisa sente mu bwangu ddala, nga buli obupya bwe n'ateekedde ekirabo nga si bukwatako. Tukimanyi nti ne mu biseera by'Endagaano Enkadde, nti wadde nga byalimu emitendera okusinziira ku busobozi bwa buli muntu, buli mukkiriza yagendanga n'ekiweebwayo mu maaso ga kabona. Era ku kino Katonda alagira nti Okuva 34:20, "So tewaabenga eyeeraga eri nze nga taleese kintu."

Nga bwe nali ngize okuva ku musomesa eyatuyambanga okudda obuggya, n'afubanga nnyo okuba n'ekiweebwayo oba kinene oba kitono buli lwe n'agendanga ku kanisa. Wadde okusasulanga amagoba agaasuulibwanga mu bbanja lye twewolanga ku lw'ekyo, tekyali kyangu, olw'ensimbi ze twafunanga nze ne mukyala wange, tewali lunaku na lumu lwe twawaayo nga twemulugunya. Ye nga tuyinza tutya okwejjusa ng'ebiweebwayo byaffe byakozesebwanga mu kulokola emyoyo n'olw'obwakabaka bwa Katonda wamu n'okutuukiriza obutuukirivu Bwe!

Oluvannyuma lw'okulaba okwewaayo kwaffe, okusinziira ku kiseera kye Ye, Katonda yatuwa omukisa ne tusasula ebbanja eryali litugezzeeko okukamala. N'entandika okusaba eri Katonda anfuule omukadde w'ekanisa omulungi oyo asobola okuwaayo ensimbi eri abaavu n'okulabbirira ba mulekwa, bannamwandu, n'abalwadde. So nga Katonda mu ngeri gye nali sisuubira yampita kubeera muweereza era n'anung'amya okutandika ekanisa ennene eyo erokola emyoyo egitabalika. Wadde saafuuka mukadde wa kanisa, nsobola okulabirala abantu bangi era n'aweebwa amaanyi g'ensobola okukozesa okuwonya abalwadde, nga kino kisingira ddala ekyo kye n'asabira.

5. "Okutuuka nga Kristo Abumbiddwa mu Mmwe"

Nga abazadde bwe batuyaana musanyu okufuba okulaba nti bakuza abaana baabwe nga bamaze okubazaala, okutuyaana okungi, okugumiikiriza, ne ssaddaaka byetaagisa mu kulabirira emyoyo n'okutwala emyoyo eri amazima. Ku kino omutume Pawulo yayogera mu Abaggalatiya 4:19, nti "Abaana bange abato, abannuma nate okutuusa Kristo lw'alibumbibwa mu mmwe."

Nga bwe manyi omutima gwa Katonda oyo atwala buli mwoyo nga gwa muwendo okusinga ekintu ekirala kyonna ku nsi, era ng'okuyaayaana Kwe, kwe kulaba buli muntu ng'afuna obulokozi, nange nfuba nga bwe nsobola okulaba nti waakiri omwoyo ogwo ogumu gudda eri obulokozi n'eri Yerusaalemi Empya. Nfuba okulaba nti nyimusa okukkiriza kwa ba memba b'ekkanisa"okutuuka ku kigera eky'obukulu obw'okutuukirira kwa Kristo," (Abaefeso 4:13) Nsabye era n'entegeka obubaka buli ddakiika na buli mukisa gwe nfuna. Wadde waliwo lwe mpulira nga nandyagadde okutuula ne ba memba b'ekkanisa abamu tunyumyemu, ng'omusumba avunaanyizibwa ku kukulembera endiga okuzitwala eri ekkubo ettuufu, n'eyigiriza okwefuga mu buli kimu era n'entuukiriza obuvunaanyizibwa Katonda bwe yampa.

Nina okuyaayaana kwa mirundi ebiri eri buli mukkiriza. Okusooka, Njagala nnyo abakkiriza baleme kufuna bufunyi bulokozi kyokka, wabula batuuke mu Yerusaalemi Empya, ekifo eky'okubeeramu ekisingayo ekitiibwa mu Ggulu. Okw'okubiri, Njagala abakkiriza bonna badduke mu bwavu basobola okutambulira mu bulamu obulungi. Ng'ekanisa egenda yeeyongera okugaziwa, n'abantu abeetaaga obuyambi bw'ensimbi n'okuwonyezebwa nga beeyongedde. Mu by'ensi, si kyangu okumanya abantu bonna abeetaaga era n'okola nga bwe kyetaagisa eri buli memba w'ekanisa. Mpulira omugugu munene abakkiriza bwe bakola ebibi. Kino kiri bwe kityo lwakuba, manyi nti omukkiriza bw'ayonoona aba yeesudde wala ne Yerusaalemi Empya. Era nga n'olumu ensonga bw'egenda ewala, obulokozi buyinza n'okumusuba. Omukkiriza asobola okufuna okuddibwamu eri okuwonyezebwa okw'omwoyo oba omubiri singa abeera amenyeewo ekisenge ky'ebibi wakati we ne Katonda. Mu kwekwata ku Katonda ku lw'abakkiriza ab'onoonye, nnemereddwa okwebaka, n'engugumuka ekiro, n'enkaaba era n'enzigwamu amaanyi mu ngeri etayogerekeka, era n'embeera mu kusaba n'okusiiba.

Olw'okuba akkiriza ebiweebwayo eby'ekika kino emirundi mingi, Katonda yalaga abantu okusaasirwa Kwe, n'abo abaali tebasaanira bulokozi, n'abawa omwoyo ow'okwenenya basobole okwenenya bwe batyo bafune obulokozi. Katonda era agaziyiza enzigi z'obulokozi eri abantu abatabalika okwetooloola ensi basoobole okuwulira enjiri ey'obutuukirivu n'okuwambaatira ebyo ebiraga amaanyi Ge.

Buli lwe ndaba abakkiriza abangi nga bali mukukula bulungi mu mazima, kinsanyusa nnyo nze ng'omusumba. Nga Mukama ataliiko musango gwonna bwe Yeewaayo ng'evvumbe eddungi ennyo eri Katonda (Abaefeso 5:2), Nange nkumba ng'enda mu maaso okuwaayo obulamu bwange mu ngeri yonna nga ssaddaaka ennamu era entukuvu eri Katonda olw'obwakabaka Bwe n'emyoyo.

Abaana bwe baba bajjukira obukulu bwa ba maama baabwe ku lunaku lwa ba maama oba ba Taata ("Olunaku lwa Bazadde" mu Korea) era ne babawa ebirabo eby'enjawulo oba okubakolera ebintu eby'enjawulo, abazadde basanyuka nnyo. Abazadde ne bwe babeera tebagadde birabo baana baabwe bye babawadde, babeera basanyufu kubanga ebirabo ebyo bibeera biva eri baana baabwe. Mu ngeri y'emu, abaana Be bwe bamuwa okusinza kwe bategese nga beewaddeyo nga bwe basobola mu kwagala kwabwe eri kitaabwe ow'omu ggulu, Akisanyukira era n'abawa omukisa.

Era amazima gali nti, teri mukkiriza akola byayagala wiiki yonna, ku sande n'alyoka yeewaayo yenna! Nga Yesu bwagamba mu Lukka 10:27, nti buli mukkiriza ayagalenga Katonda n'omutima gwe gwonna, n'emmeeme ye yonna, n'amaanyi ge gonna, n'amagezi ge gonna, era yeeweeyo nga ssaddaaka ennamu era entukuvu buli lunaku olw'obulamu bwe. Mu kusinza Katonda mu mwoyo n'amazima era n'okumuwa evvumbe eddungi ery'omutima gwo, ka buli musomi yeeyagalire mu mikisa gya Katonda gya mutegekedde mu bungi.

Ebikwata ku Muwandiisi
Dr. Jaerock Lee

Dr. Jaerock Lee Yazaalibwa Muan, ekisangibwa mu ssaza lye Jeonnam, mu Nsi ye Korea, mu mwaka gwa 1943. Ng'ali mu myaka amakumi abiri, Dr. Lee yabonaabona n'endwadde nnyingi ez'olukonvuba okumala emyaka musanvu era ng'alinda bulinzi kufa awatali ssuubi lya kuwona. Wabula lumu mu biseera eby'omusana mu mwaka gwa 1974, yatwalibwa mwannyina mu kanisa era bwe yafukamira wansi okusaba, amangu ago Katonda Omulamu n'amuwonya endwadde ze zonna.

Okuva Dr. Lee bwe yasisinkana Katonda Omulamu okuyita mu ngeri ennungi bw'etyo, ayagadde Katonda n'omutima gwe gwonna era n'amazima, era mu mwaka gwa 1978 yayitibwa okuba omuweereza wa Katonda. Yasaba n'amaanyi ge gonna n'okusiiba asobole okutegeera obulungi okwagala kwa Katonda, alyoke akutuukirize mu bujjuvu era agondere Ebigambo bya Katonda byonna. Mu 1982, yatandika ekanisa eyitibwa Manmin Central Church esangibwa mu kibuga Seoul, eky'omu nsi ye Korea, era eby'amagero bya Katonda ebitabalika, omuli okuwonya okw'ebyamagero bizze bibeerawo mu kanisa ye okuva kw'olwo.

Mu 1986, Dr. Lee yatikkirwa ku mukolo Annual Assembly of Jesus ogwali mu Sungkyul Church of Korea, n'afuuka omusumba era oluvanyuma lw'emyaka ena mu mwaka gwa 1990, obubaka bwe bwatandika okuzanyibwa ku butambi mu nsi ya Australia, Russia, Philippines, n'ensi endala nnyingi ku mikutu nga Far East Broadcasting Company, Asia Broadcast Station, ne Washington Christian Radio System.

Nga wayise emyaka essatu mu 1993, Manmin Central Church yalondebwa okuba "emu ku kanisa 50 ezikulembedde mu nsi yonna" nga bino byafulumizibwa aba Christian World magazine (ng'efulumira mu Amerika) era n'afuna ekitiibwa ky'obwa Dokita mu By'eddiini okuva mu ttendekero eriyitibwa Christian Faith College, eky'omu kibuga Florida, ekisangibwa mu Amerika, era mu 1996 yaweebwa eky'obwa ssabakenkufu mu ttendekero lye Kingsway Theological Seminary, eky'omu kibuga Iowa, mu Amerika.

Okuva omwaka gwa 1993, Dr. Lee akulembeddemu okutambuza enjiri mu nsi yonna okuyita mu kuluseedi ennyingi z'akubye emitala w'amayanja nga kuluseedi eyali e Tanzania, Argentina, L.A., Baltimore City, Hawaii, ne New York City eky'omu Amerika, Uganda, Japan, Pakistan, Kenya, Philippines, Honduras, India, Russia, Germany, Peru, Democratic Republic of the Congo, Israel ne Estonia.

Mu 2002 empapula ez'amaanyi mu Korea z'amuyitanga "omusumba ow'ensi yonna" olw'emirimu gye mu nsi ez'enjawulo gye yakubanga Kuluseedi ennene ennyo. Naddala, kuluseedi ye ey'omu kibuga New York eyaliyo mu 2006 nga yayatiikirira nnyo, Kuluseedi eyali mu kisaawe ekimanyiddwa ennyo ekiyitibwa Madison Square Garden era nga yayita ku mpewo ku mikutu gy'empuliziganya mu nsi 220, mu kuluseedi gye yakuba mu Isiraeri mu mwaka gwa 2009 mu kifo ekiyitibwa International Convention Center ekisangibwa mu Yerusaalemi era n'alangirira mu buvumu nti Yesu Kristo ye Mununuzi era Omulokozi.

Obubaka bwe bwatuuka mu nsi 176 okuyita ku setirayiti n'omukutu ogumanyiddwa nga GCN TV era mu mwaka gwa 2009 ne 2010 akatabo akamanyiddwa ennyo mu Russia kafulumya nti Dr. Lee y'omu ku bakulembeze b'eddiini 10 abasinga okukwata ku bantu, mu katabo Victory ne mu new agency Christian Telegraph olw'obuweereza bwe ku TV obw'amaanyi ne mu makanisa agali ebunaayira gasumba.

Weguweredde omwezi ogw'okutaano mu 2013, Ekanisa ya Manmin Enkulu eweza ba memba abassuka mu 120,000. Waliwo amatabi g'ekanisa 10,000 mu nsi yonna, nga 56 gali mu nsi ye Korea, era aba minsani 129 beebakasindikibwa mu nsi 23, omuli Amerika, Russia, Germany, Canada, Japan, China, France, India, Kenya, n'endala nnyingi.

Ekitabo kino w'ekifulumidde, Dr. Lee abadde awandiise ebitabo ebirala 85, omuli ebisinze okutunda nga Okuloza ku Bulamu Obutaggwaawo nga si n'afa, Obulamu Bwange, Okukkiriza Kwanga I & II, Obubaka Bw'omusalaba, Ekigera Okukkiriza, Eggulu I & II, Ggeyeena, Zuukusa Isiraeri!! ne Amaanyi ga Katonda. Ebitabo bye bikyusiddwa okudda mu nnimi ezisuka mu 75.

Waliwo obubaka bwe obuwandiikibwa mu miko gye mpapula z'amawulire ng'olwa The Hankook Ilbo, The JoongAng Daily, The ChosunIlbo, The Dong-A Ilbo, The MunhwaIlbo, The Seoul Shinmun, The Kyunghyang Shinmun, The Korea Economic Daily, The Korea Herald, The Sisa News, ne The Christian Press.

Dr. Lee kati akola ng'omukulembeze w'ebitongole by'obu misani bingi saako ebibiina: nga ye Sentebe wa, The United Holiness Church of Jesus Christ; Ye Pulezidenti wa, Manmin World Mission; Permanent President, The World Christianity Revival Mission Association; Ye yatandika, Manmin Ttivvi; Ye yatandika era ali ku bboodi ya, Global Christian Network (GCN); Mutandisi era ye Ssentebe wa Bboodi ya, World Christian Doctors Network (WCDN); era ye yatandika Ssera ye sentebe wa Bboodi ya, Manmin International Seminary (MIS).

Ebitabo ebirala Eby'amaanyi eby'omuwandiisi y'omu

Eggulu I & II

Ekifaananyi ekiraga ekifo ekirungi ennyo abatuuze b'omu ggulu mwe babeera n'ennyinyonyola ennungi ey'emitendera egy'enjawulo egy'obwakabaka obw'omu ggulu

Obubaka Bw'Omusalaba

Obubaka obw'amaanyi obw'okuzuukusa abantu bonna ab'ebase mu mwoyo! Mu kitabo kino ojja kusangamu ensonga lwaki Yesu ye Mulokozi yekka n'okwagala okutuufu okwa Katonda.

Ggeyeena

Obubaka obw'amazima eri abantu bonna okuva eri Katonda, oyo atayagala wadde omwoyo ogumu okugwa mu bunnya bwa ggeyeena! Mujja kuzuula ebyo ebitayogerwangako ku bukambwa ate nga bwa ddala obuli mu magombe aga wansi aga geyeena.

Okuloza ku Bulamu Obutaggwaawo nga si n'afa

Obujjulizi bwa Dr. Jaerock Lee, eyazaalibwa omulundi ogw'okubiri era n'alokolebwa okuva mu kiwonvu eky'ekisiikirize eky'okufa era abadde atambulira mu bulamu bw'ekikristaayo obw'okulabirako

Zuukusa Isiraeri

Lwaki Katonda amaaso ge agakuumidde ku Isiraeri okuva olubereberye lw'ensi eno okutuuka leero? Alina nteekateeka ki gyategekedde Isiraeri mu nnaku ez'oluvannyuma, ezirindirwamu Omununuzi?

Obulamu Bwange, Okukkiriza Kwange I & II

Evvumbe ery'omwoyo erisingayo obulungi erigiddwa mu bulamu obwameruka n'okwagala kwa Katonda okutatuukika, wakati mu mayengo g'ekizikiza, n'enjegere ezinyogoga saako obulumi obutagambika

Amaanyi ga Katonda

Kye kitabo ky'olina okusoma nga kikola ng'ekirung'amya eky'omugaso omuntu mwayinza okuyita okufuna okukkiriza okwa ddala n'okulaba amaanyi ga Katonda

www.urimbooks.com

www.ingramcontent.com/pod-product-compliance
Lightning Source LLC
LaVergne TN
LVHW021826060526
838201LV00058B/3532